I0718160

GHI NHẬN 2020

GHI NHẬN 2020

Bài viết của 30 tác giả:

NGUYÊN CẨN - NGUYỄN CHÂU - PHẠM THÀNH CHÂU - ĐINH TRƯỜNG CHINH - NGUYỄN QUANG CHƠN - TRƯƠNG VĂN DÂN - QUANG ĐẶNG - LÊ TRIỀU ĐIỂN - DUYÊN - TRẦN THỊ TRÚC HẠ - PHẠM CAO HOÀNG - ĐOÀN VĂN KHÁNH - THÁI KIM LAN - ĐẶNG CHÂU LONG - TRẦN DZẠ LỮ - DƯƠNG HOÀNG MAI - TRẦN THỊ NGUYỆT MAI - LƯƠNG MINH - MINH NGỌC - NGUYỄN MINH NỮU- HOÀNG KIM OANH - ELENA PUCILLO - VŨ TRỌNG QUANG - PHẠM THỊ QUÝ - NGUYỄN QUYẾT THẮNG - NGUYỄN THÀNH - LÃM THÚY - HỒNG THỦY - DUNG THỊ VÂN - TRƯƠNG VŨ.

Biên tập và thực hiện: Nguyễn Minh Nữu - Đoàn văn Khánh
Bìa: Uyên Nguyên Trần Triết
Dàn trang: Nguyễn Thành
Đọc bản thảo: Trần Thị Nguyệt Mai
Tranh bìa: *Đô Thị Trầm Cảm* - Tranh Trương Vũ.
Phụ bản: Đinh Trường Chinh, Trương Vũ, Duyên, Lê Triều Điển, Nguyễn Minh Nữu.
ISBN: 978-1989993422

30 TÁC GIẢ

GHI NHẬN 2020

NHÀ XUẤT BẢN
NHÂN ẢNH
2020

LỜI MỞ

Chưa bao giờ chúng ta trải nghiệm một đời sống như thế. Bắt đầu từ những ngày cuối của năm 2019, tin về một virus lạ xuất hiện ở Vũ Hán, cho đến cả tháng sau, ngày 11/1/2020 Trung Quốc thông báo cái chết đầu tiên của một người đàn ông vì virus lạ tại Vũ Hán. Rồi có ca nhiễm ở Hoa Kỳ, Thái Lan, ca tử vong đầu tiên ngoài Trung Quốc là Phi Luật Tân. Số người tử vong ở Trung Quốc đầu tháng 2 là trên 800 người, giữa tháng 2, Coronavirus với tên mới là Covid-19 tăng bộc phát ở Nam Hàn, Iran và Ý, cuối tháng 2 bùng phát tại New York, Hoa Kỳ.

Khi ngồi viết những dòng chữ này (ngày 19/10/2020) thì số người nhiễm Covid-19 trên toàn thế giới theo thống kê của Worldometer là 40.281.080 người, số người tử vong là 1.118.326. Trong đó, nặng nhất vẫn là Hoa Kỳ với số tử vong 224.730 kèm theo lời cảnh cáo, dịch bệnh đang lan rộng hơn, không phải chỉ thành thị mà còn ở cả vùng nông thôn. Từ giữa tháng 10/2020, những lời cảnh cáo về dịch bệnh đang trở lại và lan nhanh, lan rộng khắp nơi, đặc biệt là Hoa Kỳ, Châu Âu và Ấn Độ. Nỗi âu lo sợ hãi từ đầu năm đã tưởng dịu bớt đi suốt gần 10 tháng qua, lại quay trở lại với những đe dọa nặng nề hơn.

Nhìn về Việt Nam, hai đợt dịch đã qua đi, cuộc sống người dân dù chưa hoàn toàn ổn định nhưng đã nhìn thấy được những nụ cười bên nhau, những tụ hội bằng hữu nhỏ sau nhiều ngày cách ly, miền Trung lại rơi vào bão lụt.

Ngày 13/10/2020, 13 người đi cứu hộ bị núi lở đất sập ở Huế.

Ngày 18/10, 22 người bị núi lở chôn lấp giữa rừng ở Quảng Trị.

Trưa 18/10, tìm thấy 6 thi thể trong một ngôi nhà ở huyện miền núi Hướng Hoá, tỉnh Quảng Trị.

Đó là những con số tìm thấy và đưa ra, còn những tử vong, mất tích vì nhiều lý do khác và cả chết đói thì có thể chưa đếm được. Và lại càng không thể tính được những gian lao, đau đớn, xót xa, bi thảm của mưa lũ đối với miền Trung khi biết bao căn nhà sập xuống, biết bao mảnh ruộng tan hoang, biết bao công lao vui bồi tích trữ trôi theo dòng nước. Số người tử vong do bão lũ đã vượt quá số người tử vong vì dịch bệnh Covid-19 nhiều lần. (Theo thống kê của Bộ Y Tế, số người tử vong do Covid-19 là 35 người.) Rất nhiều hình ảnh đau thương tang tóc được ghi nhận lại trên các trang tin, mà hình ảnh nào cũng làm rơi nước mắt. Con người quá nhỏ bé và yếu đuối trước thiên tai, trước dịch bệnh, trước nhân họa, đang tiếp tục xẩy ra trong năm 2020 này.

Khởi đầu tuyển tập GHI NHẬN 2020 này chỉ là nỗi thèm khát được nhìn thấy nhau. Nay thì mỗi người trong một góc riêng, tự phong tỏa mình và đối diện với im lặng, thanh vắng, cách ly với cuộc sống bên ngoài. Khi bị cách ly hay tự cách ly với xã hội, mỗi người trở thành một ốc đảo riêng tư và vô cùng tịch mịch. Chúng ta vẫn phải ăn, vẫn phải thở nhưng dường như rơi vào nhàm chán với chính mình. Mọi chia sẻ dù vui hay buồn đều như đối diện với bốn bức vách. Đó là tôi, còn bạn thì sao?

Câu hỏi đặt ra cho người viết khi thực hiện tuyển tập này là Ai? Ở đâu? Sống ra sao? Làm gì? Nghĩ gì?

Các phương tiện như điện thoại, Facebook dù có giúp ích để chúng ta biết là còn có nhau, nhưng vẫn chưa đủ để mỗi người được sống trong một xã hội như ta vẫn từng sống.

Đại dịch xảy ra đem tới những hậu quả thảm khốc cho nhân loại, từ Đậu Mùa, Dịch Tả, Dịch Hạch. Mỗi đợt dịch số lượng người chết có khi lên tới nửa triệu người, nhưng chưa có đại dịch nào có số lây lan rộng khắp như đợt dịch Corona này. Chúng ta đang sống giữa thảm họa và thèm khát được ghi nhận lại những điều mắt thấy tai nghe.

Đồng hành với GHI NHẬN 2020 này là 30 người cầm bút sống trên nhiều châu lục, nhiều thành phố và quốc gia khác nhau. Chỉ giống nhau là muốn ghi lại bằng Thơ, bằng Văn, bằng Nhạc, bằng Họa để chia sẻ cảm xúc của mình với mọi người.

Thảm họa dù do Con Người, dù do Thiên Nhiên rồi cũng sẽ phải chấm dứt, nhưng bi thương chắc chắn sẽ còn lưu lại trong trái tim rướm máu mỗi người. Như lời nhạc sĩ Nguyễn Đức Quang viết "Đã bảo vết thương không nhắc nữa, nhưng sao nhìn thẹo vẫn bâng khuâng" (trong ca khúc Trên Đồi Arling-ton). Thực lòng cầu mong khi cuốn sách này đến tay các bạn thì những thảm họa đã trở thành ký ức. Một ký ức dẫu đau buồn cách mấy thì cũng là dĩ vãng.

Mãi mãi còn đây vẫn là GHI NHẬN năm 2020 của nhiều người. Ở nơi này.

Biên tập.

Trên cánh rừng tóc nàng chiều nay tôi thấy một buồm mây hồng trôi ngang.

Sơn dầu trên vải - Tranh Đinh Trường Chinh.

NGUYÊN CẨN

Sài Gòn - Việt Nam

CÀ PHÊ SỚM MAI
KHI WUHAN VIRUS TRỞ LẠI

Tôi đã thấy:
nỗi lo phảng phất
trên từng khuôn mặt
những ngày mưa u ám lại quay về
trẻ con đánh rơi cả một mùa hè
những chuyến xe nặng nề rời bến
đi cũng phải phân vân tìm nơi đến
dịch bủa vây khắp phố khắp phường
rất lặng im là những ngôi trường
đang nín thở đợi ngày thi tốt nghiệp
phượng đã đốn đàn ve đang thiêm thiếp
giấc mộng nào đã chết tự đêm qua
dự tính nào rồi cũng phải chia xa
khi mây xám theo bão về thành phố
bây giờ bình yên là một bài toán đố
một phương trình vô nghiệm đến hôm nay

cả nhân loại quay cuồng nhưng cứ loay hoay
liệu pháp shock cho một lần giải cứu
khi vaccine vẫn chỉ là phép thử
nhiệm mầu nào le lói cuối chân mây
người chết nối dài con số từng ngày
lệ vẫn chảy như lũ tràn qua đập
đêm vẫn lạnh nghe tiếng còi cứu cấp
ngày vẫn buồn như những dòng tin
lời nguyện cầu nào mong sớm an nhiên
xin đa tạ những anh hùng áo trắng
vì thiên chức dấn thân cùng Đà Nẵng
cả nước đêm này "xin hãy thức cùng nhau"(*)
hãy sẻ chia cùng một nỗi đau
như bạn bè sớm mai này có gặp
vẫn mỉm cười sau lớp khẩu trang
thế giới vì đâu phủ một màu tang?
âm mưu lớn phải có ngày nghiệp báo
kẻ thù ta vô minh hay vô đạo?
quên chúng đi trong lúc khó khăn này
hãy vươn dài và nối rộng vòng tay
"anh phải sống" ** và chúng ta phải sống
cho mặt trời vẫn lên ngày gió lộng
đàn trẻ về trường
hoa lại nở trong tim
chỉ thế thôi - nhân loại mãi đi tìm ...

(*) ý thơ Tô Thùy Yên
(**) tác phẩm Nhất Linh

CÂU HỎI KHÔNG LỜI ĐÁP

(Viết trong giờ ra chơi)

bao nhiêu người vùi lấp đêm qua
13, 22 hay bao nhiêu nữa?
những con số hay nỗi đau cùng tột
sao bi thương số phận con người
trong những ngôi biệt phủ có ai cười?
những thớ gỗ trở mình rướm máu
rừng đã mất sao lòng không đau đáu
nhìn muôn dân khổ nạn giữa cuồng lưu
lũ có từ vạn đại đến thiên thu
rừng ngăn lũ bây giờ là hoang mạc
ở hạ du dân tình nghe xao xác
chạy về đâu nước ngập trắng trời
mẹ trông con khóc đứng khóc ngồi
vợ mong chồng nổi chìm trong lũ dữ

từ Rào Trăng gọi người qua Lệ Thủy
Hướng Hóa, Trường Sơn không thấy mặt trời
những địa danh lừng lẫy một thời
nay chỉ thấy điêu tàn và hoảng loạn
rừng tan tác không vì bom đạn
do những con người cháy bỏng lòng tham
thời gian trôi khi bi kịch hạ màn
ai chứng giám bể dâu buồn vô tận
thôi hãy nguyện cầu cho số phận
cho những ngày lận đận sẽ qua mau
mong chi em, sẽ chẳng có phép mầu
dựng lại những cánh rừng đã trụi
hãy cố sống dù sức người đã đuối
mơ ngày mai nắng lại thắp trên đời
cho chân chạm đất gầy, tội quá dân tôi!

ĐÔI TAY NHÂN GIAN
CHƯA TỪNG ĐỘ LƯỢNG

Thế giới không bao giờ trở lại ngày xưa.

Ngày mai đây các em học sinh Việt Nam cắp sách trở lại trường, nhưng hỏi các em có thật sự vui không thì chưa chắc chúng ta nhận được những câu trả lời tích cực vì còn đó những dặn dò của cha mẹ, những hàng rào thầy cô đo thân nhiệt, rồi lớp học giãn cách chia làm hai, cả trong phòng ăn… Một bầu không khí không thật sự thoải mái để các em hồn nhiên đùa giỡn như trước đây. Nhưng như thế cũng là may mắn vì còn bao nhiêu triệu trẻ em trên thế giới giờ này đang bó gối trong phòng ngồi chơi games trên ipad hoặc xem TV, không được ra ngoài, sao mà không nhớ vườn cỏ xanh, hay sân vận động được! Ngay trong số các bậc cha mẹ đưa con đi học, cũng không ít người băn khoăn về phương pháp cách ly các em trong lớp, trong trường. Ngổn ngang bao nỗi lo.

Mới chỉ có ba tháng kể từ sau ngày virus Corona khởi phát tại Vũ Hán, nhân loại đã trải qua nỗi kinh hoàng chưa từng thấy khi chứng kiến cái chết xảy ra quanh mình, cảnh tang thương của nơi mình sống. Chúng ta hãy nghe nhà văn Trương Văn Dân viết trên facebook về những ngày ông đang sống tại Milan.

"Buổi sáng, ngày cách ly.

Khi nhìn một đóa hoa trôi theo dòng nước, thi hào Nguyễn Du đã viết:

Nước trôi hoa rụng đã yên,
Hay đâu địa ngục ở miền nhân gian.

Thì hôm nay nhìn đường phố trước nhà quạnh hiu như sa mạc thì có lẽ tôi cũng có thể nói là mình vừa nhìn thấy giai đoạn chuyển tiếp của một thời.

Ý nghĩ ấy chợt lóe lên trong tôi, như một cách trả lời cho Vivian, mấy hôm trước đã gọi điện thăm và nửa đùa nửa thật: "cậu sẽ nói với con gái đầu lòng của cháu, 8 tháng tuổi, thế nào về Corona và cuộc sống?".

Tôi sẽ nói với Olivia: có lẽ cháu sẽ không còn thấy cái thời đại an lành mà loài người vô tư sống, thoải mái hưởng thụ và ít khi nghĩ đến ngày mai! Tôi vừa trở lại Milano, sau một chuyến hành trình gian lao, vất vả và đầy nguy hiểm. Milano là một thành phố đẹp, phát triển vào bậc nhất nước Ý và được nhiều du khách trên thế giới yêu thích. Đó là kinh đô của thời trang, của design, của các hội chợ quốc tế, là thành phố từng mang tặng thế giới nghệ thuật trong đó có cả ăn ngon và mặc đẹp. Thế nhưng trong những ngày này, nó còn là kinh đô Âu châu của bệnh dịch Coronavirus, một thành phố thuộc "top" đỉnh cao văn minh của nhân loại, giờ đây đã bị đánh quỵ. Sân thánh đường Duomo ở Milano - nơi hàng triệu du khách khắp nơi đến chiêm ngưỡng vẻ đẹp độc đáo, chụp ảnh kỷ niệm với chim bồ câu, nay chết lặng, không khí tang thương…

… Lòng tôi nhói đau khi nghe xe cứu thương hụ còi trong thị trấn buồn hiu, hay trĩu buồn trong những buổi chiều nghe tiếng chuông nhà thờ từ phía sau nhà vọng lại, âm thanh rạc rời, chậm rãi như lời nguyện tiễn hồn về cõi vô cùng.

Có ai đó đã nói: khi một người già mất đi thì giống như một thư viện bị đốt cháy, thế thì một phần ký ức của nước Ý đang bị biến thành tro bụi".

Không chỉ ở Milan mà đại dịch đã làm tan hoang nhiều thành phố lớn khác từ New York cho đến Madrid, Teheran. Có ai ngờ chỉ cách đây hai tháng khi nghe tin tức chúng ta chỉ ghi nhận dịch lan đến 28 quốc gia, làm chết khoảng 2000 người và gây nhiễm cho trên dưới 70 nghìn trường hợp. Nhưng chỉ mới sáng nay một ngày đầu tháng 5.2020 con số ấy đã trở thành kinh hoàng mà chúng tôi không dám nghĩ đến: hơn 3,5 triệu ca nhiễm, chết hơn 240 nghìn (3/5) (Việt Nam với 270 ca vẫn là một điển hình hiệu quả về biện pháp chống dịch lần này). Nhân loại đang co mình vì lệnh cách ly, phong tỏa ban ra khắp nơi. Văn hóa phương Tây vẫn được ngợi ca là lịch sự, ngăn nắp thì nay đã hỗn loạn vì "sợ", có ngày người ta đã mua đến sạch sẽ những cuộn giấy vệ sinh trong các siêu thị. Người ta đã bắt đầu nới lỏng phong tỏa vài nơi dù trong lo âu vì còn một nỗi sợ cũng lớn không kém: trì trệ kinh tế. Hàng chục triệu người thất nghiệp, quán xá phải đóng cửa, nhiều ngành dịch vụ như du lịch, hàng không tê liệt hay hoạt động cầm chừng. Ngay tại Việt Nam, những người bán lẻ, bán vé số, những người làm công, cũng đang trải qua những ngày tháng hết sức khó khăn khi kinh tế suy thoái. Nhiều quốc gia tăng trưởng âm. Còn thị trường chứng khoán cực kỳ ảm đạm khi nhiều chỉ số rơi xuống từ 5 đến 8 %.

Nhận diện bạn, thù.

Trong khó khăn người ta nhận ra ai là bạn thật sự như ngạn ngữ Anh nói "A friend in need is a friend indeed." Nước Mỹ dù là trung tâm đại dịch lớn nhất với hơn một triệu ca nhiễm vẫn viện trợ hàng trăm triệu USD cho nhiều nước cùng chống dịch, ngay Việt Nam cũng nhận được 9,5 triệu USD để chống Covid. Trong khi đó, con cháu cụ Khổng lại tỏ ra vô đạo nghĩa khi lợi dụng "nước đục thả câu", bán vật tư y tế kém không đạt chất lượng cho các nước, nên Ý, Hà Lan hay Tây Ban Nha đã trả về rất nhiều khẩu trang không sử dụng được. Ấn Độ hủy đơn hàng 500 triệu bộ test kit vì sai số đến 80%! Chưa kể lối hành xử vô pháp trên biển Đông khi thế giới lu bu vì Covid do chính họ gây ra (!), như cho tàu hải cảnh đâm vào tàu cá Việt Nam tuyên bố chủ quyền, đặt tên loạn xạ cho các đảo chiếm đóng, hung hăng cấm đánh bắt cá biển Đông, o ép hàng hóa tại biên giới, dùng mọi thủ đoạn đê hèn…

Chúng ta hiểu trận dịch toàn cầu phá vỡ cái "mác" văn minh mà con người đã tự dựng lên. TS Nguyễn Tường Bách nhận xét: "Điều đó cho chúng ta thấy rằng, nếu không xuất phát từ cái tâm có tu tập và đạo đức vốn có thì mọi thứ lịch sự, văn minh đó có vẻ hào nhoáng hơn là giá trị thực, nó được duy trì khi cuộc sống an lành. Những thứ mặt trái luôn tiềm ẩn trong tâm con người chỉ vì chưa có dịp để biểu lộ mà thôi."

Thế nên nhà văn Trương Văn Dân trong phần kết luận cũng nói: "Chỉ còn gần 2 tuần nữa là đến lễ Phục Sinh. Tôi sẽ nói với cháu Olivia là tuy Coronavirus đang gây họa lên toàn thế giới nhưng trước hay sau gì thì con người cũng tìm ra được vắc-xin để tự bảo vệ mình. Thế giới rồi cũng sẽ hồi sinh.

Nhưng vấn đề không chỉ là Coronavirus! Để cuộc sống tốt đẹp, con người cũng cần chống lại những loài virus khác, như tham lam, đố kỵ hay ngu dốt… mà từ mấy nghìn năm nay chưa ai tìm ra loại vắc-xin nào!"

Nhưng điểm sáng cần giữ lại.

Thói quen gìn giữ vệ sinh.

Bỗng nhiên hôm nay con người ý thức gìn giữ vệ sinh cho mình và cho người khác. Mọi người siêng năng rửa tay, sát khuẩn phòng ốc, nhất là những công sở hay trường học mà từ lâu nay nhà vệ sinh là nơi mà học sinh sợ vào nhất (!). Tôi nhớ một phóng sự trên TV nói về việc người Việt hàng năm xài đến 2 tỷ USD để ra nước ngoài chữa bệnh, trong khi đội ngũ bác sĩ Việt không hề kém về chuyên môn, trang bị không thiếu. Có người khi được phỏng vấn trả lời "Vì sao ư? Đơn giản vì nhà vệ sinh bệnh viện VN dơ quá!" Thế đấy, chúng ta có đầy đủ mọi điều kiện cần cho một nền y tế vững mạnh sánh vai thế giới trừ … nhà vệ sinh (!)

Tình yêu thương đồng bào, đồng loại.

Trong những ngày cách ly, khốn khó trong tháng Tư, trên đất nước còn nhiều chật vật này, những cây ATM gạo, khởi nguồn từ Sài Gòn, nơi luôn chan chứa nghĩa tình như câu nói dân gian "Người Sài Gòn hào hiệp" để rồi tình yêu thương có chất truyền dẫn nên khắp nơi ta đều thấy cây ATM gạo, hay "Siêu thị không đồng"… cả ở vùng sâu vùng xa… giúp người nghèo qua mùa dịch bệnh. Báo nước ngoài đã cảm phục dành nhiều lời khen ngợi.

Ý thức về vô thường và khổ đế.

Do dịch bệnh, nhiều người hiểu ra một nguyên lý: vô thường. Ai cũng biết rằng những gì vô thường dẫn đến khổ đau (khổ đế) trong đó quy luật sanh diệt là điều chúng ta cần phải hiểu. Sự sống và cái chết chỉ cách nhau một hơi thở. Người hôm qua còn khỏe nhưng hôm nay hệ hô hấp bị tấn công chỉ vài ngày sau là qua đời. Chúng ta nghe những con số rùng mình ở New York hiện nay: cứ 2 phút rưỡi lại có một người chết, dài hơn một chút là Ý, Tây Ban Nha và các nước khác... và chúng ta nghiệm ra thân thể từ sinh đến diệt phải trải qua chu kỳ "bệnh tật", mà có khi do thiếu nhân duyên như thiếu máy thở, hay thiếu thuốc men nên đành phải chết. Chúng ta quán chiếu thân thể vô thường để không quá luyến ái mà sinh khổ đau. Nên vấn đề không phải là cơn bệnh dịch đang hoành hành, vấn đề là thái độ của chúng ta khi đối đầu với nó. Nếu chúng ta bình tâm, giữ gìn vệ sinh theo hướng dẫn, tuân thủ "cách ly xã hội" (social distancing), rửa tay, đeo khẩu trang... thì chúng ta cũng đã tôn trọng tấm thân này, nói như BS Đỗ Hồng Ngọc là "ta phải cảm ơn mình". Vì có cái thân này, ta mới có thể làm những việc khác như cứu giúp đời, phát tâm thiện nguyện trong phạm vi khả năng tài chính hay chuyên môn của mình, đóng góp cho xã hội. Chúng ta trân trọng những người đang hy sinh thời gian, cả sức khỏe trên tuyến đầu chống dịch hiện nay từ các y bác sĩ cho đến những người bảo vệ, lao công trong bệnh viện. Họ đang chiến đấu vì người khác và cho cả xã hội. Đối diện với vô thường, người ta phải biết cách sống. Hãy nhớ con virus không phân biệt đối xử với bất kỳ ai vì giai cấp hay quan điểm chính trị. Chúng ta không có nơi nào để trốn thoát trong cuộc khủng hoảng sức khỏe công cộng này, và vì vậy chúng ta buộc phải đối đầu với những gì đang xảy ra hôm nay.

Ý thức về lý duyên khởi.

Nguyên nhân khổ đau của con người không chỉ từ bên ngoài mà còn từ bên trong nữa. Ai cũng có thể vin vào Khổ đế rồi nói kiếp người mong manh, tấm thân tứ đại này rồi cũng thành cát bụi nhưng tại sao khi sống không nhìn nó tích cực hơn: sống vui, sống khỏe, sống mạnh mẽ… Đại dịch xảy ra tất phải có nguyên nhân. Người ta có thể nêu ra hàng loạt nguyên nhân theo sự suy đoán chủ quan của mình: nào là do thói quen ăn thịt động vật, cụ thể loài dơi hay rắn… nào là do phòng thí nghiệm để "sổng" ra con virus ấy theo thuyết âm mưu là có kẻ "chế tạo" ra nó (!) Cho đến nay vẫn không ai biết nguyên nhân thực sự. Dù con virus này từ đâu ra thì chúng ta cũng đang là nạn nhân của nó. Nhưng nguyên nhân chính là chúng ta đã không thấu suốt ý nghĩa của tương tức, tương sinh giữa con người với nhau và giữa con người với thiên nhiên hay môi trường hiểu về nguyên lý duyên khởi và luật tương sinh tương tức.

Trong "Meditation XVII", John Donne viết "Cái chết của bất kỳ ai cũng gây nên mất mát trong tôi vì tôi thuộc về loài người." Ông cũng nhấn mạnh con người không phải là một hải đảo tự thân, mỗi con người là một mảnh của đại lục. Tôi nhớ ai đó nói tiếng đập cánh của con bướm bên này đại dương cũng gây ra xao động không khí bờ bên kia. Điều đó không có gì mới nếu ta hiểu giáo lý duyên khởi "cái này có nên cái kia có". Chúng ta hành động thế nào thì môi trường và thiên nhiên đáp trả chúng ta như vậy. Không khí ngày một ô nhiễm nếu không phải vì con người thì do ai?

Hiểu về duyên khởi khiến chúng ta sống có trách nhiệm, có hiểu biết, có thương yêu, biết được rằng hành động của mỗi cá nhân sẽ tác động ra sao đối với cộng đồng và ngược lại. Mọi chuyện đều ứng xử theo lý tùy duyên, cho các pháp tự vận hành. Tùy duyên thuận pháp, theo ý chúng tôi, không chỉ là sự thụ động chờ đợi mà ta cần chủ động dấn thân vào thực hành thiện nghiệp theo " tứ chánh cần" và "bát chánh đạo", và luôn tinh tấn trong ý nghĩa tương tức tương sinh. Có như vậy mới vững tâm trước những biến động thực tại do dịch bệnh hay những tai họa khác gây ra. Con đường thoát ấy nằm ngay trong những tai họa hôm nay khi đã có người khỏi bệnh. Các nhà khoa học cũng sẽ sớm tìm ra giải pháp, hay đưa ra phác đồ điều trị, phòng ngừa. Nhân loại lại vượt qua cơn đại dịch lần này nhưng để tiến đến một xã hội hay cộng đồng tôn trọng môi trường sinh thái, thoát khỏi những tai kiếp tương tự, từng con người phải thay đổi biệt nghiệp của mình, góp phần xoay chuyển cả cộng nghiệp đang có nhiều vấn đề hôm nay. Như nhà văn Trương Văn Dân nói ở trên là liệu có vaccine nào cho tâm tham lam, đố kỵ, hẹp hòi, sân hận?

Phật đã từng căn dặn chúng sanh:

Làm sao vui cười, có gì thích thú, khi ở trong cõi đời luôn luôn bị thiêu đốt. Ở trong chỗ tối tăm bưng bít, sao không tìm tới ánh quang minh?" (Pháp cú 143).

Đạo Phật chủ trương "tự thắp đuốc soi đường lên mà đi". Muốn như thế, hãy quán chiếu lòng mình vì phải "... sát khuẩn tự tâm cho thanh tịnh." Phương tiện sát khuẩn tâm phải chăng là chánh niệm như nhà tâm lý trị liệu Mark Epstein nói. Theo ông, "… việc ứng dụng thực hành chánh niệm hiện nay trong phục vụ trị liệu tâm lý mang giá trị thực tiễn cao và là sự phát triển sáng suốt. Chính chánh niệm, được xem là một kỹ thuật trị liệu tâm lý có hiệu năng cao đã bị bỏ lỡ, một điểm quan trọng được thiết kế để dạy cho mọi người biết tuân thủ về sự tồn tại của kiếp sống đã được Đức Phật ứng dụng và trở thành phương tiện quan trọng nhằm giúp chúng ta vượt qua mọi đau khổ trong đời sống". (Mark Epstein, What is real mindfulness? http://healyourlife.com)

Đức Phật cũng đã dạy ta về lý nhân quả. Nếu ta hành động với lòng tốt, ta sẽ nhận lại lòng tốt. Nếu ta hành động với ác ý, ta sẽ nhận lại điều ác ý.

"Làm dữ bởi ta,
mà nhiễm ô cũng bởi ta;
làm lành bởi ta,
mà thanh tịnh cũng bởi ta.
Tịnh hay không tịnh đều bởi ta" (Pháp cú 161)

Nếu chúng ta có chánh niệm, có khả năng tiếp xúc sâu sắc với những mầu nhiệm thì Tịnh độ có mặt trong ta. Khi nhìn sâu chúng ta biết rằng hạnh phúc không thể có được nếu không có hiểu biết và thương yêu.

Thế nên khoan hãy trách "Đôi tay nhân gian chưa từng độ lượng" (Trịnh Công Sơn - Một cõi đi về). Hãy nhìn những cây ATM gạo khi bắt đầu dựng lên, người ta sợ không đủ gạo phát nhưng số người đem gạo đến đóng góp nhiều đến không ngờ. Một hành động đẹp thức tỉnh lòng tốt trong mỗi con người. Hãy nhớ Nhạc sĩ họ Trịnh cũng từng viết "Con tinh yêu thương vô tình chợt gọi, lại thấy trong ta hiện bóng con người". (TCS - Một cõi đi về)

Vâng, dịch bệnh sẽ qua đi, nhưng tình người ở lại, đáng quý làm sao! Thế giới không còn như xưa vì tâm thức chúng ta cũng chẳng còn như trước nữa, trừ tình yêu thương còn nguyên vẹn khi trong ta vẫn "hiện bóng con người".

Nguyên Cẩn

NGUYỄN CHÂU

Đồng Nai - Việt Nam.

NỖI LÒNG TỀ THIÊN
VÀ WUHAN VIRUS (Covid-19)

Tề Thiên ở Đông Thắng Thần Châu, Ngạo Lai quốc, Hoa Quả sơn, Thủy Liêm động có 72 phép thần thông biến hóa, nhưng vẫn nhẫn nhục theo Tam Tạng đi thỉnh kinh cũng bởi vòng kim cô. Trư Bát Giới (Bát Giới nghĩa là 8 điều cấm ky: không sát sinh, không trộm cắp, không dâm dục, không nói bậy, không uống rượu, không trang điểm, không nằm ngồi giường quá rộng, ăn chay).

Họ Trư vốn tướng nhà trời: Thiên Bồng Nguyên Soái, nhưng Trư Bát Giới có đủ thói bần tiện ở hạ giới: Đố ky, tham lam, nịnh hót, hoang dâm, thù vặt, trù dập người tài giỏi hơn mình... nên Trư Bát Giới ganh ghét Tề Thiên, nhiều phen đặt điều tâu hót với Tam Tạng khiến Tề Thiên bị vòng kim cô siết muốn vỡ sọ, ôm đầu lăn quay nhưng trong lòng bất phục.

Dù vậy, Thầy trò Tam Tạng bao phen hoạn nạn Tề Thiên vẫn một lòng ra tay cứu nạn, không ít lần Tề Thiên còn nguy khốn, suýt bị cạo lông.

Có lần Tề Thiên chứng kiến chuyện cửa đời: Thời chưa thổ tả, hạt muối cắn làm đôi nhưng hạt đường không lủm hết như bây giờ. Tề Thiên đi ngang qua Chùa Cầu (Hội An) thấy hai con vật đang ngồi chồm hổm, trong đó một con hơi giống mình bèn dừng lại hỏi han, con khỉ đá ngửa cổ cười khan:

- Ngàn năm qua sao ngài không tiến hóa làm người? Ta hóa thạch không nói làm gì, ngài thần thông xuất chúng vậy mà cốt khỉ vẫn hoàn cốt khỉ!.

Tề Thiên cười hề hề, hai tay gãi sột sột đành dùng điệu bộ hài hước để giấu kín niềm u uất trong lòng, rồi ngâm nga:

Vòng cương tỏa siết hàm xích thố
Thà nghìn năm ta nép dưới Ngũ hành
Quan Âm từ bi nhưng người không cứu khổ
Để Hoa Quả sơn tan tác vạn sanh linh.

Một ngày kia lũ yêu ma tác quái ở Vũ Hán, nghe nói do loài nghiệt súc Phúc Thử (dơi) là loại gặm nhấm ăn đêm hoành hành gây bệnh dịch tang thương, Tam Tạng bèn sai Tề Thiên dùng cân đẩu vân đi thám thính, chỉ một cái nhún mình bay xa vạn dặm. Từ trên chín tầng mây, Tề Thiên che mắt nhìn xuống Trung Nam Hải quốc thấy một bầy quỷ dạ xoa đang tâu bày mưu ma chước quỷ dưới ngai vàng. Trong lòng bàn tay của Ma vương những làn khói đen đang bay về Vũ Hán. Tề Thiên tức giận định phóng thiết bảng đập nát đầu loài yêu quái nhưng bỗng dưng có lịnh triệu hồi của Tam Tạng. Biết thói ghen ăn tức ở của Trư Bát Giới, Tề Thiên tức mình định cho lão Trư một gậy nhưng vòng kim cô động đậy siết dần...

Không hiểu sao luật Omerta (im lặng) lại hiện hữu trong nội bộ thầy trò Tam Tạng. Biết sư huynh mình khốn khổ nhưng kẻ gian manh như lão Trư không nói làm gì, đến anh chàng thật thà như Sa Tăng cũng im thin thít, còn Bạch Long Mã không biết nói nên chỉ lắc đầu.

Có lần Thái Thượng Lão Quân dùng kéo lưu ly định cắt bỏ vòng kim cô, giải thoát cho Tề Thiên nhưng Điện Tiền Hộ pháp bàn rằng:

- Nếu không chế ngự được con khỉ già, có khi thượng giới không yên hay là Lão quân "giả bộ" cho hắn thoát vòng cương tỏa, xem hắn bày tỏ chí hướng ra sao rồi nhân đó mà trả nó về lại chốn thiên thu dưới ngọn Ngũ Hành.

Thái Thượng Lão quân vuốt chòm râu bạc ra vẻ nghĩ ngợi rồi phất tay áo xăng xái vào chầu Thượng đế.

Một ngày kia Thần Tản Viên thấy một luồng xú uế bay qua, trong hơi sương mờ đục có những chấm đen. Thoáng bên tai lời của Tề Thiên qua "truyền âm nhập mật": loài dơi mang Wuhan Virus nương theo làn gió từ loài nghiệt súc ở Trung Nam Hải quốc đã bay qua khỏi ải Nam Quan. (Thần Tản Viên là một trong Tứ Bất Tử gồm: Tản Viên Sơn Thánh hay Sơn Tinh, là vị thần núi Tản Viên, núi tổ của các núi ở Việt Nam, Phù Đổng Thiên vương, Chử Đồng Tử và Công chúa Liễu Hạnh).

Nhưng không ngờ giặc ngoài dễ chống, giặc trong khó lường. Trần Ích Tắc và Lê Chiêu Thống cùng bè lũ bán nước thông đồng với lũ dơi Vũ Hán gieo rắc Wuhan Virus trên khắp đất nước Đại Nam.

Phù Đổng Thiên vương ra tay chống đỡ, quân xâm lược Wuhan Virus dù vô hình vô tướng, khác hẳn giặc Ân năm xưa nhưng dân Nam nhờ đề kháng tốt bởi ăn mắm mút giòi và sống cơ hàn. Công chúa Liễu Hạnh sai âm binh truy nã và tống khứ chúng qua biên giới về cố quốc. Wuhan virus như bầy ong vỡ tổ, lấn chen nhau mà chạy bi đát hơn quân Thanh theo chân Tôn Sĩ Nghị về Tàu năm nào.

Bọn Trung Nam Hải quốc dã man, chúng giấu giếm dịch bệnh khiến dân chúng không biết đâu mà đề phòng nên chết như rạ. Chưa bao giờ tấm thân tứ đại lại rẻ rúng, tan vào hư vô một cách thảm thương và cô quạnh như nạn nhân của dịch Wuhan Virus, chỉ còn làn khói đen kịt mang theo hương linh cô đơn bay lên bầu trời đầy tiếng quạ kêu não nùng. Thương thay!

Dịch Wuhan Virus (Covid-19) còn lây lan từ Á sang Âu, Mỹ theo dấu chân của những con dân mang mầm bệnh dịch từ Vũ Hán - Trung Nam Hải quốc.

Tề Thiên định bay lên trời hét vang công bố dịch bệnh từ nguy cơ Wuhan virus, nhưng Tam Tạng cản ngăn, ra dấu thầy trò cùng an nhiên ngồi tụng kinh cứu khổ và cầu siêu.

Tề Thiên ngao ngán nhìn bao sanh linh ta thán trong bể khổ mà đau lòng. Riêng Trư Bát Giới lợi dụng cảnh tang thương, dân tình ly tán xúi Tam Tạng hối lộ thỉnh được nhiều kinh và mua kính chiếu yêu để tìm ra con Virus hầu mong trục lợi.

Tề Thiên đằng vân lên đỉnh Thái Sơn, ngồi buồn hiu nhìn mây trắng lững lờ trôi như làn khói mong manh, rồi gieo mình xuống vực sâu, xác thân tan theo giòng nước bi ai về Hoa Quả sơn - Thủy Liêm động xa vời...

Nguyễn Châu

PHẠM THÀNH CHÂU

Virginia - Hoa Kỳ

DỊCH Covid-19
VỚI SUY NGHĨ VUI CỦA NGƯỜI GIÀ

Biết bạn đang trải qua một thời gian dài tự cô lập trong lo lắng và buồn bực vì nạn Covid-19, tôi sẽ viết linh tinh "đủ thứ bà lằng" và cố gắng thêm thắt sao cho bạn nằm trong chăn, vừa hưởng cái thú gây gây lạnh của mùa thu vừa mỉm cười với những dòng chữ lẩm cẩm này. Tuy chẳng nghiêm trang, nhưng cũng được "một vài trống canh".

Từ tháng 3 năm 2020, dịch Covid-19 bùng phát khắp thế giới. Tử thần Covid khởi hành từ thành phố Vũ Hán bên Tàu. Đó là một trong những thứ vũ khí sinh hóa, giết người tàn độc nhất mà tất cả các quốc gia, từ văn minh đến chậm tiến đều bó tay chịu chết. Nó tàn sát, đa số là những người lớn tuổi. Đã già mà còn thêm bịnh nền (có sẵn) trong người thì lưỡi hái của nó vung lên lấy mạng trong chớp mắt. Người lớn tuổi khiếp vía. Họ không dám ra đường, không dám tiếp xúc với ai. Có một bà già sợ đến nỗi không đi chợ, không lấy thức ăn mà bạn bè, con cháu để trước cửa, sợ vi rút dính ở bao bì, nên cứ để đó suốt mấy ngày, hàng xóm thấy lạ, gọi cảnh sát. Hóa ra bà ta gần chết vì đói. Chưa bao giờ người lớn tuổi nhìn thấy rõ cái chết của người khác (cỡ tuổi mình) bằng lúc này. Bạn bè, thân quyến chết hằng ngày, chết liệt địa! Tuần trước, ông X. mới gọi nói chuyện, hôm qua đã nghe "đi" rồi. Ông K. mình mới đến nhà thăm hôm kia, thấy vẫn mạnh khỏe, cười nói vui vẻ, vậy mà vừa nghe, đã được đưa vô bịnh viện, thở oxy. Giở tờ báo, mấy trang sau đầy cáo phó với chia buồn. Tính đến hôm nay (thời điểm tháng 10 năm 2020) trên thế giới, đã có trên 30 triệu người nhiễm Covid-19 với trên 1 triệu người chết. Bịnh dịch đã giết hơn 7.000 bác sĩ, y tá, y công, là những người làm công tác chống đỡ, cứu chữa người bị lây nhiễm. Riêng nước Mỹ, số người nhiễm dịch Covid-19 gần 8 triệu người và số người chết đã trên 200 nghìn. Nhiều quốc gia, người chết không kịp chôn. Có bịnh viện, mỗi ngày mấy trăm người chết, đào bằng máy xúc nhưng số hố chôn không đủ, đành để xác chết ngoài trời suốt mấy ngày. Điều buồn cười là một quan chức y tế hàng đầu của Canada, Therese Tam khuyên mọi người khi hôn nhau phải đeo khẩu trang!.

Sau đây là những suy nghĩ vụn vặt của một người lớn tuổi, đang bị Cô (tên) Vít ám ảnh trong đầu. Như người lính ra trận, trước kẻ thù mà run sợ thì có mà bỏ mạng sớm. Nhưng kẻ thù thì có thể thấy được, chứ với cái "Cô Vít-19" này thì dung nhan chỉ thấp thoáng trong kính hiển vi điện tử với hình chụp như trái banh có gai màu sắc sáng chói, thấy đã lạnh người. Cá nhân tôi, "thí mạng cùi", cứ nhởn nhơ khắp nơi, cà phê, cà pháo với bạn bè mà vẫn bình yên vô sự. Mà giả sử như thình lình Cô Vít-19 (tuổi) nhảy đến ôm chầm lấy tôi thì sao? Sao trăng gì! Sống đến tuổi này, trên bảy mươi, quá đủ rồi. Còn gì phải lưu luyến chốn trần ai này nữa? Đời chỉ là vở hài kịch mà tôi là tên hề giễu dở, hạ màn thì vừa. Nhưng, cũng giống như trong tuồng cải lương, nhân vật sắp chết mà vẫn ngóc đầu ca đủ sáu câu vọng cổ mới chịu tắt thở. Tôi cũng vậy, nhưng chỉ nói chuyện vui thôi vì trước cái chết "Khóc lóc, rên rỉ là hèn nhát".

Trước khi bàn đến chuyện chết, xin nói đến lúc còn sống. Mỗi người, sinh ra đời có ba giai đoạn. Giai đoạn đầu, "tin" có ông già Noel (Santa Claus), giai đoạn kế tiếp là "không tin" có ông già Noel và giai đoạn cuối cùng là "làm" ông già Noel. Giai đoạn đầu, trẻ con, ăn chơi và học hành, không có gì đáng nói. Đoạn giữa mới nhiều chuyện rắc rối cuộc đời, mà cái rắc rối nhất là tình yêu, rồi tiến đến hôn nhân (lập gia đình), có cặp chia tay (ly dị) và cuối cùng kéo nhau chui xuống đất nằm (cho sâu bọ, côn trùng đục khoét).

Xin nói chuyện tình yêu trước. Yêu ai phải tìm cách cho người ta biết. Người ta yêu lại mình mới ngỏ lời xin cầm bàn tay tức là cầu hôn. Mà muốn cầu hôn phải làm gì? Quì xuống dưới chân người đẹp với bó hoa hoặc với chiếc nhẫn hột xoàn. Khi người đẹp đã khoái mình thì dù nói "ba hoa thiên địa" gì nàng cũng gật đầu. Ngược lại người ta không ưng mà mình cứ lải nhải thì coi chừng ăn guốc lên đầu. Có vài màn cầu hôn đáng chú ý như sau.

Ngày 8 tháng 3/2020, một cậu ở đường Abbeydale, nam Yorkshire, nước Anh, sửa soạn một buổi tối long trọng gồm hàng trăm ngọn nến được thắp lên, rượu, bong bóng bay và thức ăn bày lên bàn rồi vội vã lên xe đi đón người yêu. Lúc quay về thì căn nhà đang cháy tưng bừng với ba xe cứu hỏa đang xịt nước vào đám cháy một cách tuyệt vọng. Người đẹp khoái quá, nhận ngay lời cầu hôn của cậu ta trước đống tro tàn. Chả cần, hoa lá, đèn đóm phiền phức.

Một chuyện khác. Cậu Jérémy đưa người đẹp Athina Yalias vào công viên quốc gia Kruger, Nam Phi. Đến một nơi vắng vẻ, rậm rạp, cậu Jérémy quỳ xuống, thiết tha ngỏ lời yêu thương. Người đẹp cảm động, cúi xuống, hôn lên trán cậu ta. Thình lình, một con nhện có nọc cực độc (có thể giết chết người) tarantula, chích cho cậu ta một phát vào mông đít. Cậu Jérémy hét lên đau đớn, người đẹp cũng suýt ngất xỉu vì lo sợ. Cũng may, con nhện không chích vào "điểm chiến lược" nên họ vẫn là vợ chồng được như thường.

Một cậu khác, có sáng kiến lặn xuống nước, ngỏ lời cầu hôn với người đẹp đang đứng trên cầu nhìn xuống, lắng nghe. Cậu nói cách nào mà nước tràn vào họng và cậu chết đuối. Kính lạy ngài Allah! Xin ngài nhận cậu ta lên thiên đường và tặng cho cậu bảy (7) nàng trinh nữ kẻo tội nghiệp.

Rồi đến chuyện gia đình. Có mấy ông thần ve chai ngồi nhậu, gật gù với nhau. Một ông đề nghị, mọi người thử gửi tin nhắn (message) bằng điện thoại về cho vợ câu "Anh yêu em" để xem các bà trả lời ra sao? Bà vợ 20 tuổi trả lời "Em cũng yêu anh". Bà 30 tuổi "Xỉn rồi phải không?". Bà 40 tuổi "Ông điên rồi hả?". Bà 50 tuổi "Ông gửi lộn cho con đĩ chó nào hở? Về đây, bà thiến tận gốc cho biết tay bà".

Sống với nhau qua thời gian, làm gì cũng xảy ra chuyện "Ông ăn chả, bà ăn nem", nghĩa là ngoại tình. Đã là vợ chồng mà còn ngoại tình thì gia đình trở thành địa ngục. Khi một người ngoại tình cũng giống như cây đinh đã đóng vào tường. Cây đinh có được nhổ đi nhưng cái lỗ đinh vẫn còn đấy. Nó ám ảnh suốt đời sống vợ chồng. Nhiều khi cố quên để hàn gắn tình cảm gia đình, nhưng đã thật sự nguội lạnh, thấy ghê tởm, hết phương cứu chữa, đành sống với nhau như đóng kịch, coi như "bạn chung nhà". Hiếm có những cặp vợ chồng lớn tuổi sống hòa hợp bên nhau tuy người ngoài nhìn vào tưởng như họ đang hạnh phúc, vì trải qua bao nhiêu năm, làm gì cũng có lúc họ vi phạm nghĩa vụ vợ chồng (nghĩa vụ đồng cư, chung thủy). Với người Âu, Mỹ, hễ có xích mích nhỏ là họ chia tay. Người Việt thường vì sĩ diện, vì con cái, vì xã hội mà miễn cưỡng chịu đựng nhau "Ở chung với người nghịch như nếm mật nằm gai". Không gì khổ sở bằng sống dưới một nhà mà hằng ngày phải nhìn thấy mặt người mà mình không dám nhìn. Có mấy ông già ngồi uống cà phê. Một ông hỏi các bạn: "Ở tuổi gần đất xa trời, các ông ghét nhất là điều gì?". Người thì nói: "Cái mặt lầm lì của mụ vợ khi có chuyện không vừa ý. Nó như người câm, miệng như dán băng keo". Người khác: "Vợ tôi mở miệng ra là gầm gừ như sủa. Hỏi nó thì nó hỏi ngược lại. Nó cũng có học mà không hiểu sao càng ngày nó càng hỗn hào, mất dạy. Tôi là chồng nó mà nó nạt tôi như đứa ở. Hễ tôi mở miệng ra là bả át giọng, không cho nói!". Ông khác cười, hỏi: "Nhà ông có TV, có radio không? Mấy cái đó nói suốt ngày mà ông có cãi lại được đâu?". Có một chuyện vui. Lão Tử đố Khổng Tử: "Đố ông, con gì leo lên đầu rồi không chịu xuống?". Khổng Tử đáp: "Con chí (chấy)". "Sai. Con vợ!". Khổng Tử buồn rầu: "Ông nói đúng! Mới cưới về, nó ngồi trên đùi mình. Sau đó, nó nhảy tót lên đầu mình lúc nào chẳng hay!". Thế là hai ông triết gia trốn vợ, chu du thiên hạ để dạy đời. Báo chí thường đăng chuyện nhiều ông chồng sợ vợ đến nỗi phải vào nhà băng cướp tiền rồi ngồi chờ cảnh sát đến bắt đi. Hỏi tại sao? Ông ta bảo, mong được ở tù còn hơn là phải về nhà nhìn thấy mặt bà vợ. Muốn "thoát ly" khỏi tay bà vợ đâu phải chuyện dễ. Trốn đi đâu mà không bị "dẫn độ" về nhà? Ăn uống, sinh hoạt ra sao? Ai săn sóc khi bịnh hoạn? Chỉ có nhà tù là tốt nhất. (Xin lưu ý. Tốn kém mỗi năm để giam giữ một tù nhân ở Mỹ là trên ba mươi nghìn USD, thời giá năm 2000).

Bây giờ nói qua chuyện ly dị.

Ở Việt Nam ta, ngày xưa, có luật "Thất Xuất" (7 lý do chồng đuổi vợ ra khỏi nhà)

1- Tuyệt tự. Không con trai nối dõi tông đường.

2- Dâm dật (không chung thủy)

3- Không thờ cha mẹ chồng.

4- Lắm điều (chua ngoa, khiến người khác khó chịu).

5- Trộm cắp.

6- Ghen tuông vô cớ.

7- Có ác tật (bịnh tật, không đảm đương được việc nhà, có thể truyền bịnh cho người nhà, con cái)

Xem ra, người chồng, chỉ cần viện cớ mơ hồ (điều 4, điều 6) là có thể tống xuất vợ ra khỏi nhà. Tuy nhiên, cũng có luật "Tam Bất Khả Xuất" để bảo vệ người đàn bà dù người vợ phạm "Thất Xuất".

1- Người vợ đã từng để tang cha mẹ chồng trong ba năm.

2- Trước nghèo, sau giàu (người vợ đã góp công sức vào gia đình nhà chồng).

3- Không còn chỗ nương thân (thông thường, chồng trả vợ về bên nhà vợ. Nếu cha mẹ vợ không còn thì không được đuổi vợ).

Tôi không thấy luật cho vợ được phép bỏ chồng?!

Luật xưa, coi cho biết, chứ thời bây giờ, không ưa nhau, thì lôi nhau ra tòa xin ly dị mà không cần nêu lý do. "Anh đi đường anh, tôi đường tôi…"

Ly hôn chớp nhoáng được luật Hồi giáo chấp nhận. Người chồng chỉ nói, (có thể gọi điện thoại) 3 lần, 2 tiếng "Galak" (ly hôn) là coi như đã ly hôn (Xin báo một tin vui. Tôi đã theo đạo Hồi sáng nay. Chiều nay tôi sẽ về nói với vợ tôi "Galak. Galak. Galak!" Hê Hê Hê!) Sau đây là một vài lý do (vui) khiến vợ chồng đưa nhau ra tòa. Một bà vợ đòi ly dị ông chồng vì "Ông ta cứ gài ngược cuộn giấy vệ sinh khiến tôi bực mình hết sức". Một bà vợ phát hiện chồng dẫn gái về nhà trong lúc bà ta đi vắng, vì con vẹt cứ nói: "Vào nhà đi em. Anh nhớ em, thèm em quá!". Một bà khác thưa chồng vì tội phỉ báng: "Hắn nói tôi là con khỉ già". Quan tòa hỏi: "Ông ta nói như thế với bà từ khi nào?". "Cách nay 20 năm". "Sao bây giờ bà mới thưa ông ta ra tòa?". "Tuần trước tôi đi sở thú mới thấy rõ con khỉ già nó như thế nào". Một bà khác đưa chồng ra tòa vì nói nhiều quá, chịu hết nổi, quan tòa hỏi lý do, ông chồng trình bày sự việc suốt bốn tiếng đồng hồ khiến quan tòa cũng phải phát khùng! Một bà khác thưa với quan tòa: "Buổi sáng, tôi chiên trứng cho thằng chả ăn thì hắn hỏi: "Sao không làm ốp-la?" (chiên hơi sống). Bữa sau tôi làm ốp-la, thằng chả lại hỏi: "Sao không chiên trứng mà làm ốp-la?". Bữa sau nữa tôi làm ốp-la một trứng, chiên một trứng khác. Thằng chả lại nói: "Trứng chiên thì làm ốp-la, trứng ốp-la thì lại đem chiên. Ai ăn cho được?".

Vậy thì vợ là người như thế nào? Một ông bố nhận được thiệp hồng (thư mời đám cưới) của con trai, ông ta trả lời thư như sau: "Một số người nói. Khi hai người kết hôn, họ trở thành những người thân. Nhưng bố muốn nói với con rằng. Cho dù con kết hôn bao nhiêu năm, con phải nhớ. Cha mẹ, con cái mới là người thân, còn vợ chỉ là người yêu. Vợ con không phải là người thân của con. Con có thể la lối, hờn trách bố mẹ vì bố mẹ là người sinh ra con. Mối liên hệ này không thể chối bỏ được, nhưng vợ thì không. Quan hệ với cô ấy là hai bên cùng có lợi. Nếu con phạm lỗi, cô ấy có thể rời con bất cứ lúc nào" (và thành vợ người khác).

Nói vậy tôi không có ý đánh giá thấp tình vợ chồng. Người Á Đông như người Việt, nhất là vùng thôn quê, hiếm có chuyện vợ chồng bỏ nhau. Họ yêu thương nhau cho đến trọn đời. (Ngày xưa, vợ gian dâm với người không phải chồng mình thì bị gọt đầu, bôi vôi, đóng bè cho trôi sông, không ai dám cứu). Ở hải ngoại, vợ chồng sống giữa xã hội văn minh với người bản xứ, ngôn ngữ bất đồng, như người câm điếc, cảm thấy bơ vơ, lạc lõng nên vợ chồng phải nương tựa, che chở cho nhau, tình nghĩa vợ chồng càng trở nên sâu đậm. Thế nên khi đôi vợ chồng già mà một người từ giã cõi đời thì người kia đau khổ, nhớ nhung dẫn đến suy sụp cả tinh thần lẫn thể chất. Người đàn ông chịu đựng mất mát tình cảm kém hơn đàn bà nên thường gục ngã rất nhanh sau khi vợ chết. Có vài chuyện kể, khiến ta cảm động.

Cụ ông John Wilson 92 tuổi, cụ bà Marjorie 88 tuổi sống bên nhau gần 62 năm. Cụ bà bị bịnh phải vào nằm nhà thương Queen's Hospital Burton ở Staffordshire, nước Anh. Rồi cụ ông mắc bịnh ung thư giai đoạn cuối phải vào cùng bịnh viện. Lúc đó cụ bà bịnh đã ổn định sẽ được đưa về nhà dưỡng lão. Nhận thấy, có thể hai người sẽ không còn dịp gặp nhau, bịnh viện sắp xếp hai giường của hai cụ gần nhau. Cụ ông nắm tay cụ bà, nói lời vĩnh biệt rồi mỉm cười, nhắm mắt đi vào cõi hư vô.

Đôi vợ chồng đều mù. Ngày cưới về, chồng nắm tay vợ dẫn đi khắp nhà cho vợ quen biết mọi vật. Nay cả hai đã gần tám mươi tuổi. Chồng làm nghề thổi kèn đám cưới, lúc nào cũng nắm tay vợ, dẫn theo, coi như thổi kèn cho vợ nghe "Trăm con phượng hoàng", "Niềm vui đầy nhà". Trong đám đông lao xao tiếng cười nói, chỉ cần nghe tiếng gọi nho nhỏ, chỉ cần nghe hơi thở, họ cũng tìm thấy nhau. Một lần, chồng ngã gãy chân, phải nằm bệnh viện. Vợ bốn ngày không ăn hạt cơm. Không sờ thấy bàn tay quen thuộc kia, bà không còn hồn vía nào nữa.

Bây giờ đến "Cái vấn đề" mà các cụ ông, cụ bà quan tâm, lo lắng. Đó là cái Chết.

Đứa bé, vừa lọt lòng mẹ đã chào đời bằng tiếng khóc "Oe oe!". Trần có vui sao chẳng cười khì? Lớn chút nữa, chập chững biết đi. Bước đi đầu tiên cũng là bước tiến đến bức tường trước mặt. Bức tường vô hình nhưng không người nào, kể cả vua chúa hay thánh nhân có thể vượt qua. Đó là cái Chết. Nhưng chết là hết hay còn gì xảy ra?

Lai như lưu thủy hề, thệ như phong
Bất tri hà xứ lai hề, hà sở chung.

(Đến như nước chảy, như gió thoảng.
Không biết ta từ đâu đến, rồi về đâu?)

Nếu người có linh hồn thì khi chết, hồn đi đâu? Lang thang trong cõi âm tăm tối, mịt mù, không thấy đường đi, không có lối về, bơ vơ, trơ trọi. Ai? Có ân nhân nào ra tay cứu vớt, đưa đường, dẫn lối cho linh hồn về với ánh sáng, thoát khỏi trầm luân? Thế là các triết gia, các ngài giáo chủ các tôn giáo đứng ra giải thích, rằng có những thế giới khác. Nó ở "trên cao" là thiên đường, nát bàn, cõi tiên… sướng lắm! Nó ở "dưới" địa ngục, hỏa ngục, âm phủ… đau đớn, khổ sở? "Nghe theo lời dạy của ta thì khi chết linh hồn sẽ được lên thiên đường, ngược lại sẽ xuống địa ngục, ráng chịu!".

Đa số những lời giải thích của các tôn giáo thường siêu hình và áp đặt. Tôi không có thẩm quyền trên tôn giáo nên chỉ trích đăng một vài đoạn ngắn về phát biểu của tín đồ của các tôn giáo.

Trước hết là bài viết vui của luật sư Nguyễn văn Chức, một tín đồ Thiên Chúa Giáo. Ông tưởng tượng, sau khi mình chết, linh hồn mình sẽ "sinh hoạt" như sau.

(bài của vip kk)… Sau khi đi thăm một vài nơi ở thế giới của Dante, tôi được đưa ra trước tòa phán xét của Thượng Đế. Tôi là người Công Giáo, tôi phải trả lời về tất cả những hành vi và ý nghĩ của tôi lúc còn sống. Ôi "ngày của thịnh nộ" (Dies irae, dies illa). Nếu linh hồn tôi có tội trọng (mortal sin), tôi sẽ phải xuống hỏa ngục, chịu lửa thiêu đốt đời đời. Nếu linh hồn tôi không có tội trọng và trong trắng như gương, tôi sẽ được lên Thiên Đàng ngay lập tức. Nhưng nếu linh hồn tôi, tuy không có tội trọng, nhưng không trong sáng như gương, nghĩa là còn lợn cợn bụi trần, thì tôi sẽ đi đâu? Tôi sẽ phải xuống ngục luyện tội (purgatory) một thời gian để lửa đốt con người tôi cho sạch những lợn cợn, và sau đó tôi mới được lên Thiên Đàng. Thời gian ở luyện tội, có thể là 10 năm, 20 năm, 50 năm... Tùy trường hợp nặng nhẹ. Mà tôi thì như cụ đã biết, nhiều lợn cợn lắm, thể xác cũng như tâm hồn. Có lẽ phải ở luyện tội cả mấy trăm năm.

Tôi được đưa đến tòa phán xét. Chưa đầy 5 phút, có tiếng loa. "Ai có vợ, và đã sống với vợ từ 30 năm trở lên, hãy đứng sang bên phải." Tôi lễ mễ chạy theo tiếng loa, đứng sang bên phải. Đông lắm, người nào trông cũng thiểu não quá sức. Hai phút sau, có tiếng vọng từ trời cao: "Các con yêu mến, lúc còn sống, các con có vợ và đã ở với vợ trên 30 năm, như thế các con được coi như đã ở luyện tội cả mấy trăm năm rồi, các con sạch mọi tội lỗi và đáng được lên Thiên Đàng ngay lập tức để hưởng Thiên Nhan Chúa". Mọi người đều hoan hô. Một ông già Mỹ móm mém, phều phào "All right!". Tôi cũng phều phào "All right!".

Sự chết đối với người Hồi giáo.

Theo Qur'an: Thiên Chúa định trước thời điểm một người chết trước khi được sinh ra. Không ai có thể đẩy nhanh hoặc trì hoãn cái chết của chính mình hoặc cái chết của người khác nếu điều ấy trái với ý muốn của Thiên Chúa, bất kể nguyên nhân cái chết. Theo Kinh Qur'an 45:26: "Allah sẽ ban cho bạn sự sống, sau đó giết bạn, và sau đó Ngài sẽ tập hợp bạn đến Ngày Phục sinh, trong đó không còn nghi ngờ gì nữa. Tuy nhiên, hầu hết mọi người không biết điều này".

Có người nói rằng, người chiến binh Hồi giáo chết vì kẻ thù, linh hồn sẽ được lên thiên đàng và được Allah thưởng cho bảy (7) trinh nữ. Trước kẻ thù mà người chiến binh Hồi giáo bỏ chạy thì đàn bà cũng có quyền chém chết.

Phát biểu của đức Đạt Lai Lạt Ma (Phật giáo) về cái chết.

Với những người chuyên tạo ác nghiệp thì hơi ấm của thân thường thất thoát ở phần trên của thân trước tiên và sau đó mới thất thoát ở các phần khác của thân. Ngược lại, người chuyên tạo nghiệp thiện, thì hơi ấm thường thất thoát từ dưới chân trước tiên. Trong cả hai trường hợp trên, hơi ấm sau cùng tụ lại ở nơi tim, và từ đấy lìa khỏi thân. Các phần tử vật chất này, gồm tinh cha và huyết mẹ kết hợp lại, là nơi thần thức nhập vào lúc đầu tiên để vào tử cung mẹ khi bắt đầu sự sống. Ngay khi thần thức lìa luân xa tim (chết), thân trung ấm bắt đầu, trừ trường hợp của các vị tu hành cao, thác sinh trong cảnh trời vô sắc của các cõi không vô biên giới, thức vô biên giới, các "cõi Không" hoặc là các cảnh giới cao nhất của cõi luân hồi, thì đi tái sinh ngay sau khi chết. Những người thác sinh vào các cõi dục giới và sắc giới thì vẫn phải trải qua Thân Trung Ấm, ở trong đó những người này sẽ mang hình dạng của thân tái sinh tương lai. Các thể loại khác nhau là địa ngục, ngạ quỷ, súc sinh, người, a tu la và trời. Khi thân trung ấm chưa tìm được nơi đi tái sinh thích hợp với nghiệp lực của mình sau 7 ngày thì nó sẽ phải trải qua sự chết của trung ấm và tái sinh trong một thân trung ấm mới.

Tái sinh trung ấm chỉ có thể diễn ra nhiều nhất là 6 lần, có nghĩa là thần thức chỉ có thể trải qua tối đa là 49 ngày trong cõi trung ấm. Điều đó cũng có nghĩa là khi một thần thức sau khi chết đi một năm trời, hiện ra và cho biết vẫn chưa được tái sinh, không còn ở trong cõi trung ấm nữa, thì thần thức đó đã tái sinh thành ma. (hết trích)

Thế thì với người Á Đông (đặc biệt Trung Hoa, Triều Tiên, Việt Nam, Đài Loan, Nhật Bản) chịu ảnh hưởng của ba tôn giáo Phật giáo, Nho giáo, và Đạo giáo (Lão giáo), nhận định ra sao về cái chết?

Lão Tử không bàn đến Thượng Đế, linh hồn, thiên đàng, địa ngục mà chỉ nói một cách tổng quát về nguồn gốc của con người và vạn vật là từ Đạo mà ra, và cuối cùng trở về Đạo, hòa với Đạo. "Đạo khả đạo, phi thường đạo. Danh khả danh, phi thường danh" (Đạo mà có thể nói ra được không phải là đạo thường hằng vĩnh cửu, Tên mà có thể gọi ra được không phải là tên thường hằng bất biến).

Xin trích một bài báo:

Đạo giáo thâm nhập vào Việt Nam từ khoảng cuối thế kỷ thứ 2. Ngày nay, Đạo giáo Việt Nam với tư cách là một tôn giáo không còn tồn tại nữa, tuy nhiên những ảnh hưởng của nó đến tư duy và đời sống xã hội của người Việt thì vẫn còn. Thuật phong thủy, các phương pháp dưỡng sinh, các môn võ thuật, các hình thức bói toán, cúng bái, trừ tà của Đạo giáo vẫn phổ biến tại Việt Nam. Tại Hà Nội vẫn còn một số đạo quán của Đạo giáo như Thăng Long tứ quán bao gồm Trấn Vũ quán, nay gọi là đền Quán Thánh ở phố Quán Thánh; Huyền Thiên quán, nay là chùa Huyền Thiên ở phố Hàng Khoai; Đồng Thiên quán, nay là chùa Kim Cổ ở phố Đường Thành; Đế Thích quán, nay là chùa Vua ở phố Thịnh Yên [3].

Tóm lại, theo đạo Giáo, ngoài thân thể, phần vật chất hữu hình, còn có hồn và phách (vía). Hồn là phần tinh thần. Khi thân thể chết đi thì phách không còn nữa, hồn tiếp tục tồn tại trong thế giới vô hình. Nguồn gốc của con người và vạn vật là từ Đạo mà ra, và cuối cùng về với Đạo hòa với Đạo. "Sống chết là do khí tụ lại hay tan mà thôi" (Trang Tử). Đạo giáo là một triết lý, sau biến thành một thứ mê tín dị đoan, ma thuật, phù thủy, bùa chú.

Còn theo Nho giáo thì người có khí, có hồn, có phách. Chết không phải là hết. Chỉ chết cái hình hài, còn cái khí tinh anh, cái hồn khí ấy thì lại về với chỗ sáng tỏ của vũ trụ. Tuy nhiên, đạo Nho chỉ hướng sự quan tâm về những vấn đề nhân sinh, nên xiển dương phương châm "Sự quỉ thần" (khí, phách được gọi cung kính là sự quỉ thần) "Kính nhi viễn chi" và dụng đạo thần minh làm phương tiện giáo hóa tức đề cao khía cạnh phong hóa mà không bàn về khía cạnh siêu hình. Có người hỏi Khổng Tử: "Con người có số mệnh không?". Khổng tử đáp: "Có số mệnh nhưng không nên đứng dưới bức tường sắp đổ". "Chưa biết chuyện sống, sao biết được chuyện chết?".

Còn người Việt ta nghĩ gì về cái chết, về linh hồn?

Người Việt đa số, có đi chùa lễ Phật, xin lễ cầu siêu cho thân nhân, tin lời Phật dạy nhưng vẫn tự cho rằng mình theo "Đạo Ông Bà". Họ vẫn tin rằng thân nhân mình, chết đi không phải đầu thai kiếp khác, không phải lên Niết Bàn hay xuống địa ngục mà vẫn ở cùng với con cháu trong gia đình. Trong nhà, chỗ trang trọng nhất là bàn thờ tổ tiên, thân nhân người đã khuất. Ngày xưa, trên bàn thờ có bài vị (thần chủ), là nơi linh hồn người đã khuất ẩn náu, ngày nay thay bài vị bằng di ảnh, tưởng như người đã chết vẫn hiện diện trong gia đình. Khi người thân bị tai nạn hay bịnh tật mà "chết đường, chết chợ" thì gia chủ ra nơi người đã chết kêu lên "Hú ba hồn chín vía (bảy vía cho người nam) Nguyễn, hay Lê… X. theo tôi về nhà". Họ tin rằng nếu không gọi như vậy, hồn người chết sẽ không biết nhà ở đâu mà về để hưởng sự cúng kiếng, sẽ thành ma đói, ma khát. Người chết đuối phải nhờ thầy cúng đến lập đàn trục vong, hướng dẫn hồn về chùa nghe kinh kệ mà siêu thoát, nếu không hồn vẫn phải ở dưới nước cho đến khi (lôi kéo) một người khác chết (đuối) thay, hồn mới thoát khỏi trầm luân. (Dân chài lưới không bao giờ cứu người đuối nước). Những người chết đuối, chết oan, "bất đắc kỳ tử", linh hồn vất vưởng (oan hồn uổng tử) không nơi nương tựa thành ma, thành quỉ nên ngày rằm, mồng một thường có lễ vật cúng ngoài trời (bàn thiên) cho các hồn ma đến hưởng và chấp nhận lời cầu xin của gia chủ đừng quấy phá, gây xáo trộn trong nhà đồng thời phù hộ cho mọi người được mạnh khỏe, vạn sự như ý.

Vào dịp cuối năm âm lịch có lễ "Rước ông bà" về đoàn tụ, vui xuân với con cháu. Sau ba ngày tết có lễ "Tiễn ông bà". Đa số người Việt tin rằng, linh hồn thân nhân vẫn đoàn tụ với nhau ở một thế giới (vô hình) khác gọi là Âm Phủ. Âm Phủ không phải là địa ngục như Phật giáo mô tả mà là nơi linh hồn những người đã chết vẫn sinh hoạt, đi lại, giao tiếp, chuyện trò với nhau giống như một xã hội bình thường nơi dương thế. Vì vậy đến ngày giỗ Chạp, rằm tháng Bảy, ngoài lễ vật còn đốt theo "giấy tiền vàng bạc", áo quần, nhà lầu, xe hơi, TV, handphone, đô la… để người thân nơi cõi âm được sung sướng. Người bịnh nặng thường kể lại. Họ thấy cha, mẹ, vợ, chồng… (đã khuất) đến nắm tay đòi dẫn đi.

Bây giờ mới thực sự là những suy nghĩ của bọn đàn ông già của chúng tôi.

Người trẻ thường hỏi người già: "Có sợ chết không?". Xin trả lời: "Không sợ chết, chỉ sợ bịnh". Già lão đi đôi với bịnh tật. Nhiều người lớn tuổi ngồi với nhau thường nói về bịnh hoạn của mình như chuyện thời sự. Sau đây là những lời đối đáp của mấy ông già. Một ông nói: "Tôi không muốn đến thăm người bịnh, vì thấy chính mình sẽ như vậy. Nằm một chỗ, cựa mình cũng đau, thở không nổi, ăn uống, tắm rửa, thậm chí đi vệ sinh cũng phải có người giúp đỡ… Khổ như thế thà chết quách còn hơn". Một ông khác thở dài: "Vậy mà lúc đó lại muốn sống. Chẳng phải lưu luyến cuộc đời mà vì bản năng sinh tồn của một sinh vật. Hơn nữa, người bịnh chẳng nghe ai nói mình sẽ chết mà an ủi rằng không sao đâu, bịnh sẽ hết. Ngay đến bác sĩ cũng quả quyết rằng bịnh đang được cải thiện, nhưng ra bảo nhỏ với người thân rằng. Bịnh nhân khó qua khỏi, về chuẩn bị tang lễ là vừa". Một ông có vẻ vô tư: "Người chết có số. Mới thấy đó mà đã bịnh chết, còn người khác bị ung thư cả mấy chục năm vẫn sống nhăn. Có người cho rằng, do di truyền. Ông bà, cha mẹ sống thọ được bao nhiêu tuổi thì con cháu thọ được khoảng tuổi đó. Vậy tôi xin hỏi: "Quí ông có lưu luyến cuộc đời này không?". "Ra đi tay không. Chết là hết. "Gia tài" theo mình là cái "Quan tài". Giờ thì chỉ cầu sao ngủ một giấc và không hề thức dậy nữa".

Đọc đến đây, làm gì bạn cũng sẽ phàn nàn: "Viết dài dòng quá! Tôi chỉ muốn biết ông đã chuẩn bị những gì trước khi ông từ giã cõi đời?". Xin thưa: "Tôi chả làm gì cả ngoài việc viết mấy dòng di chúc, đại ý, khi đưa tôi vô bịnh viện, thấy không hy vọng gì thì rút ống trợ thở. Liên lạc với nhà quàn, lo quan tài, tẩm liệm. Không làm lễ tang ma, không cáo phó, không thăm viếng, không phúng điếu. Tẩm liệm xong đưa quan tài thẳng ra nghĩa trang. Thế là xong một đời người!". Hết!

Phạm Thành Châu

ĐINH TRƯỜNG CHINH

Virginia- Hoa Kỳ

NGÀY MAI

rồi ngày mai
nhà hàng sẽ chính thức đóng cửa
các tiệm cà phê đóng cửa
quán rượu cũng sẽ đóng cửa
chúng ta
ngồi xuống đây
uống với nhau thêm một ly đầy
màu mã não
hãy ân cần chia
chút hơi cồn của rượu
sát trùng ngày.
*
một giờ một phút một giây.

*
rồi ngày mai
trường học sẽ chính thức đóng cửa
những công sở đóng cửa
đường sá đóng cửa
thành phố đóng cửa
cả nước rồi sẽ đóng cửa
chúng ta cứ ngồi xuống đây
chiều này
đêm này
gió miên man thổi
xối mát mặt ta
mặc những bàn chân của đàn kiến
đang hối hả
dẫm nhau lên chiếc bóng kia
trầy xước.
*

một giờ một phút một giây.
*

trong tan hoang này
mặt trời vẫn đẹp
trong tận tuyệt này
bầu trời vẫn thơ
nơi bậu cửa này
trên chiếc bàn này
những chùm sao rơi
xuống đầy ly cạn.

Đinh Trường Chinh

NGUYỄN QUANG CHƠN

Đà Nẵng - Việt Nam

NHẬT KÝ MÙA DỊCH

Bệnh (bịnh).

Đã là người thì ai cũng phải bệnh. Ông Phật nói đời người "sinh lão bệnh tử", hoặc giả "sinh bệnh lão tử", nghĩa đã sinh rồi thì trước sau phải bệnh. "Lão" rồi mới "bệnh" hay "bệnh" rồi mới "lão", đều như nhau, không thoát....

Bịnh thì có bịnh nhẹ bịnh nặng. Có bịnh thông thường có bịnh nan y. Nhưng phàm người nào gặp cái bịnh nào thì cho rằng cái bịnh đó là đáng sợ nhất. Ông bị đau răng thì la làng rằng trên đời này đau nhất là đau răng. Ông bị đau bụng thì bảo rằng trần gian khốn khổ nhất là đau bụng!...

Bởi cơ thể chúng ta là một cơ cấu hoàn chỉnh. Chỉ một con vi trùng, con virus làm cho bệnh, cho ho, cho đau, cho nhức..., thì toàn cái thân tứ đại này bị lệch pha, méo mó, khiến hệ thần kinh... chẩn đoán cho rằng bệnh đó là khủng khiếp nhất, không gì sánh kịp...

Người viết đã từng gặp một nhà văn nổi tiếng, rất kiên cường. Khi bị vướng căn bệnh hiếm "sarcoma ở sống lưng" ông nói "Đau lắm bạn, khiến tôi phải khóc, đời tôi lần đầu tiên biết khóc vì đau!". Có người coi bệnh như "đối tác", nói chuyện với bệnh như với bạn. Thi sĩ DTL, hoạ sĩ ĐC là vậy. Bởi họ biết rằng họ đã đến thì họ sẽ đi. Giữa đến và đi có một cái cầu là "bệnh". Không quay lui được thì hãy mạnh dạn vui vẻ bước qua cầu!...

Bệnh thường làm cho con người bi quan, yếu đuối, chán chường. Thường vì bệnh là một nỗi ám ảnh cho cái "tử". Mà "tử" thì ai không sợ. Đặc biệt là các vị đang quan cao chức lớn, các vị đại gia đang ngất ngưởng với khối gia sản khổng lồ, với các em chân dài tới nách... Và thường, khi đang đối mặt với bệnh. Tiền bạc không còn... "kể dô" nữa.

Những bữa linh đình sơn hào hải vị cũng ngó lơ. Những rượu ngon ủ 30 năm, 40 năm cũng không màng nhớ tới. Và nghĩ ngẫm. Giá như. Giá như hồi đó mình đừng như thế nọ, như thế kia, thì hẳn chẳng mắc bệnh này. Rồi tự trách móc mình!...

Bệnh. Sợ nhất là... không chết, mà cứ sống dai dẳng. Sống mà nằm một chỗ, ăn một chỗ, tiểu tiện một chỗ, thậm chí bộ phận tiểu tiện phải đưa một đùm ra ngoài. Làm phiền người thân vô cùng. Mà khổ thân, lại biết ăn ngon. Ăn đều. Nên cứ sống mãi...

Tôi đã gần gũi với nhiều người bạn bị bịnh. Có ông bạn thân bị U đại tràng chữa trị suốt 11 năm trời. Đau đớn khôn xiết với phẫu thuật hết SG đến Huế, đến ĐN. Hết hoá trị đến xạ trị. Cơ quan tiêu hoá cắt bỏ gần hết mà vẫn đau. Nhiều khi bạn tâm sự đau quá muốn tự tử. Mình bảo tự tử dễ òm nhưng ông xử lý bằng cách chi? Uống thuốc ngủ thì vợ ông canh giữ hằng ngày.

Bả phát hiện đưa vào bệnh viện súc ruột lại rách việc. Treo cổ thì sợ sau này căn nhà ni bị um, bán không được hoặc bán rẻ, con cháu oán trách. Nên thôi. Và rồi một tháng cuối năm, bạn cũng đi, nhẹ nhàng....

Ông anh thi sĩ nổi tiếng cũng bị cancer đại tràng nhiều năm, cũng bị chemo, anh nằm làm thơ với thằng tế bào ung thư như nói chuyện bạn bè. Rồi anh ung dung sống mãi, vui vẻ vi vu khắp nơi, một hôm đi uống cà phê với bạn về, lên giường nằm đọc sách rồi ngủ quên luôn không dậy. Không ai biết anh ra đi vì bệnh tật gì!...

Một ông anh hoạ sĩ nổi tiếng, yêu đời miệt mài và yêu người bao la. Anh bị cancer prostate. Hoá trị rụng hết tóc như một vị sư, vẫn ung dung gặp gỡ bạn bè mỗi khi có dịp, nằm nhìn những giọt chemo chuyền vào mình mà làm thơ mỗi ngày. Đến khi "hết thuốc chữa", anh nằm nhìn kệ sách và đọc thơ cho con ghi lại, gởi bạn bè khắp chốn. Đến bài thứ năm thì anh thở hắt ra, nhắm mắt! Bệnh đến với anh như một người không quen biết đột ngột tới chơi, lịch sự mà tiếp, vậy thôi!...

Tôi thì khoẻ như vâm. Nhưng về già thì mỗi năm bị một lần sốt, ho dai dẳng. Không viêm họng thì cảm cúm. Không cảm cúm thì sốt xuất huyết, mỗi năm một lần. Có năm không sốt ho thì đang lái xe thấy mệt, vô bệnh viện cấp cứu thì vừa tim ngừng đập vì nhồi máu cơ tim cấp, phải xung điện ba lần mới tỉnh. Đặt cái stent xong nằm trong phòng hồi sức, viết ký, gởi bạn bè. Ông bạn bác sĩ ở SG gọi điện không tin, tưởng tôi... hư cấu. Cái bệnh vô cùng đột ngột đến, rồi... di căn mãi đến chừ!...

Bệnh là vậy. Chẳng ai biết được khi nào nó đến. Nó ở bao lâu. "Bệnh đến từ miệng", người ta nói thế. Đa số đúng. Nhưng bệnh cũng đến từ một số cái khác nữa. Ông cha ta không nói "Sướng con c., mù con mắt" sao! (Có thể "mù con mắt" mang nghĩa khác nữa, nhưng không sao!). Sống ở môi trường mà mọi thứ đều bị thằng Tàu cộng đầu độc từ thức ăn, nước uống, đến không khí hít thở như nước ta, thì không bịnh, không đau, không ung thư, mới lạ!...

Và tóm lại thì, bệnh là một qui luật cuộc sống. Sống mà không bệnh tật buồn lắm thay! Cũng như sống mà ngày mô cũng vui cười rần rật, ngày mô cũng ung dung thư thái uống rượu ngâm thơ như mấy ông tiên ở chốn thiên đàng trong văn chương thơ phú, nước chảy, huê trôi, không bệnh không tử, thì nhạt nhẽo lắm, chán phèo. Phải có chút đau buồn thất vọng bệnh tật... thì cuộc sống mới nên duyên...

13.7.20

Toang!

Đang yên đang lành. Người người rộn rã các chương trình du lịch trong nước với những tour chào mời hấp dẫn. Chương trình tháng 8, tháng 9, tháng 11 của gia đình tôi cũng được lên kế hoạch sẵn sàng. Vé máy bay, khách sạn đã có. Chỉ còn chờ đến ngày là xách gói mà đi. Bỗng đùng một cái có tin một vụ lây nhiễm Covid trong cộng đồng, bệnh nhân 417, rồi 418, 419..., vậy là hỏng chuyện. Uỷ ban ra ngay quyết định giãn cách trong cộng đồng. Du khách tháo chạy. Các địa phương lân cận lập chốt khai báo y tế đối với người Đà Nẵng...

Vậy là... "toang"!

Cái con virus không hình không tướng, rò rỉ từ phòng thí nghiệm Vũ Hán thật là lợi hại! Nó không chỉ làm chết người mà còn làm lòng người phân tán, niềm tin nhạt nhoà. Thử hỏi. Người ĐN bây giờ lên máy bay đi du lịch, đi thăm viếng người thân. Liệu địa phương nơi đến. Liệu người nhà nơi thăm, có vui vẻ đón tiếp không. Hay đeo khẩu trang, rửa tay sát khuẩn, đứng cách 2 mét. Thay vì bắt tay, ôm nhau, chào hỏi. Không ai thấy con virus đâu cả mà cứ thấy người Đà Nẵng là lòng... run run. Mà người ĐN vốn được tiếng là hiền lành, tốt bụng, hiếu khách!...

Chừ đã có danh sách và lộ trình của 4 bệnh nhân F1. Nhưng cái quan trọng là ổ truyền nhiễm F0 ở nơi đâu!...

Theo thuyết âm mưu: Bên kia biên giới. Tập Cận Bình

đang bị Trump đập tơi tả. Thiên nhiên dần cho lũ lụt đảo điên....
Vậy mà Việt Nam cứ bơ đi. 99 ngày không người nhiễm cộng
đồng. Nhân dân thiên triều Tàu bơi trong lũ. Nhân dân nhược
tiểu mày lên máy bay đi du lịch. Không được, ngàn lần không
được. Vậy là cho đàn em mấy chục bao tiền, mua đường sang
biên giới, thâm nhập cộng đồng. Mỗi thằng đàn em đều có kháng
thể với covi. Mang trên người vài gói virus Vũ Hán. Điểm đánh
là Đà Nẵng, thành phố đáng sống, cho mày đáng chết. Người Đà
Nẵng trung dũng kiên cường, cho bây tè le bại liệt!....

Vậy là đoàn quân cảm tử lên đường, và hiệu quả đã rõ
ràng chỉ sau vài ngày nhập cảnh!....

Đó là thuyết âm mưu. Còn tin chính thức thì đã bắt được
tay cầm đầu đoàn "tàu lậu" vào ĐN. Vậy thì hãy siết chặt vòng
vây. Bắt cho hết bọn Tàu giặc này, xách đi kiểm nghiệm và biết
đâu bọn này chính là lũ F0!

Toang. Toang thật rồi người dân ĐN. Và người dân Đà
Nẵng chúng tôi cũng xin lỗi nhân dân cả nước. Chúng tôi đã
lơ đễnh để Tàu cộng xâm nhập, đã phát tán virus Vũ Hán trong
cộng đồng, để bà con các nơi hoang mang lo sợ. Chúng tôi sẽ
ngồi tại chỗ, sẽ nghiền ngẫm tội lỗi chúng tôi. Đến khi nào, dịch
thật sự chấm dứt trên toàn quốc. An bình trở lại. Chúng tôi lại sẽ
hoan hỉ đón bà con trở lại. Và, xin chớ xa cách chúng tôi. Chúng
tôi vẫn luôn là người Đà Nẵng hiền lành, thân thiện!...

27.7.20

Ngày thứ ba,

4 giờ trước chỉ thị tăng cấp độ cách ly.

Thông tin mới từ chính phủ 13:00 hôm nay 30/7. Tất cả
các hàng quán tại ĐN đều đóng cửa, miễn "bán hàng đem về"
nữa. Vậy là độ giãn cách xã hội đã tăng lên một bậc cao hơn. Cứ
như báo động bão lũ, lụt lội vậy. Cứ cấp cao hơn là nguy hiểm
hơn! ĐN đã thêm 7 người nhiễm vuhanvirus, đa số là các bệnh
nhân từng nằm bệnh viện đa khoa...

Mở mắt cộng đồng mạng đã ầm ào. Con đường Bạch Đằng tuyệt đẹp cho người đi bộ, tập thể dục sáng đã bị giăng dây, cấm người tụ tập...

8:00, chúng tôi đi bộ ra chợ Hàn. Chợ Hàn là một chợ "sang trọng" và lớn nhất ĐN, sáng nay thưa thớt, vắng người. Các sạp hàng thịt đã sạch sành sanh. Thịt được gói thành lô vào bao nylon. Hỏi và được biết, các bạn hàng đã dặn trước, nên không còn hàng bán lẻ! Quầy hải sản cũng thưa thớt trên sạp. Người ta đã "khoắng" tự lúc nào. Ngang qua các siêu thị, người dân đang xếp hàng 2m, khẩu trang nghiêm túc chờ bước vào mua...

Dân chúng đã có kinh nghiệm ở đợt cách ly lần trước nên không xôn xao lắm, nhưng dự trữ lương thực luôn là nỗi lo đầu, khi không nên bước ra đường, vào chỗ đông người!...

4 giờ trước khi lệnh giãn cách tuyệt đối bắt đầu. Những xe bánh mì vẫn chờ đợi bán những ổ bánh cuối cùng. Vài cửa hàng ăn vẫn mở hé để giao hàng cho khách. Một ông bạn đã đóng cửa hàng, ngồi trước hiên nhà với ly cà phê đen, điếu thuốc, chào tôi và than "buồn quá anh ơi!"...

"Buồn quá anh ơi". Buồn thật. Vậy là lại "bế quan toả cảng". Bạn bè tôi, em út tôi, lại chật vật với nỗi lo làm sao chống chọi gìn giữ công ty sống sót được đây! Tái nhiễm bao giờ cũng dữ dằn hơn. Con virus sẽ mạnh hơn, đa biến hơn. Tỷ như ngày xưa bảo nó sẽ chết khi trời nắng. Bây giờ ĐN không phải đang hè và nắng cháy da cháy cổ đấy sao. Xưa bảo nó chỉ hại đến người già. Chừ mấy cháu sinh viên, nhân viên y tế chẳng phải mới 25, 27 đấy sao!...

Đã có những người vô ý thức lên mạng kỳ thị người Đà Nẵng. Có kẻ thụ động thì bảo là dịch đã có chính phủ lo, cứ vô tư ăn chơi. Thật là vô tình, vô trách nhiệm. Dịch đến từ Vũ Hán. Sao không ngăn chặn bọn Tàu. Hàng trăm, ngàn bác sĩ y sĩ, đang rời bỏ gia đình để túc trực trong bệnh viện, trong khu cách ly, nhiễm bệnh lúc nào chẳng hay lặng lẽ giúp đời. Sao chẳng một lời động viên chia sẻ?

Một lần nữa, chống Vũ Hán Corona. Chúng ta phải nghiêm túc với ngoại lai. Phải đồng tâm hiệp lực, nghiêm chỉnh với các chỉ thị của chính quyền địa phương. Chúng ta chẳng phải vì cái gì cho to tát. Mà vì chính gia đình, con cái, anh em bè bạn chúng ta!...

Mức độ giãn cách xã hội tăng lên một bậc, biết đâu sẽ tăng thêm vài bậc nữa. Người ĐN vẫn kiên cường nhưng chớ chủ quan. Buồn. Nhưng chẳng nản lòng!....

30.7.20

Ngày cuối tuần mùa dịch...

Thứ Bảy cuối tuần. Mưa vẫn bay. Dây vẫn giăng giãn cách. Trời vẫn âm u buồn. Nhưng không có tin ca nhiễm mới nào. Như vậy tạm bình yên....

Trên bản đồ Covid thế giới, VN có hai chấm đỏ. Hai nạn nhân tử vong vì Corona. Nhưng thật ra cả hai vì đã tuổi cao, bệnh nền trầm trọng, chạy thận nhân tạo nhiều năm..., thì, như trái cây chín héo trong vườn, một cơn gió nhẹ đi qua sẽ rụng. Mà tội nghiệp, cơn gió nhẹ đi qua bên dòng cơn bão Vũ Hán, nên nạn nhân được ghi danh "tử nạn bởi cúm Tàu"!...

Vì biết rõ điều này nên sáng nay ra chợ, không thấy bà con hoang mang như hôm qua, khi thêm 45 người bị nhiễm. Chợ vẫn bình ổn, đủ hàng hoá, thực phẩm cần dùng. Vẫn có cá tươi, mực tươi. Biển chưa bị cách ly. Hải giám của Tàu cộng tạm thời ngủ yên khi các tiềm thuỷ đỉnh Mỹ đang tập trận ở biển Đông. Biển tạm lắng sóng. Ngư dân đánh bắt xa bờ tạm bình yên. Cá tôm lại tươi rói trên các chợ, siêu thị....

Một ngày lên không sáng láng nhưng không u buồn. Ở SG, HN, các tỉnh thành, cũng không sốt nóng. Ý thức cộng đồng lần này cao hơn lần trước rất nhiều. Chính quyền các cấp vào cuộc cũng quyết liệt hơn. Gần đại hội đảng rồi. Lơ mơ để dịch lan tràn trên địa bàn thì cái ghế chắc sẽ lung lay! Thôi thì đây là cái dịp để các vị quan lại địa phương trổ tài... lương đống!...

Vẫn những tiếng gọi chung tay góp sức hỗ trợ tuyến đầu chống dịch. Kẻ góp tiền, người bỏ sức. Tất cả đọng lại ở một chữ tình người. Tình người Đà Nẵng. Nhìn hình ảnh các bạn trẻ xăng xái mỗi người một tay, nấu nướng, khuân vác, chạy trung tâm này, bệnh viện nọ. Mới thấy mình đã già. Đã hết năng lượng. Mấy mươi năm trước, có trận bão lũ nào tàn phá Quảng Nam, Đà Nẵng, Quảng Ngãi, Thừa Thiên... mà vắng bóng mình đâu! Thôi thì vậy, có ai thoát được qui luật trẻ già sinh tử của tạo hoá. Còn mở mắt nhìn đời mỗi ngày là mừng. Đã từ cõi chết trở về từ ba năm trước một lần rồi, nhớ không???

Ngày cuối tuần. Đã qua một tuần chưa nhỉ. Mong một tuần nữa cũng yên bình. Mong nhịp điệu sống thành phố lại rộn rã vang lên. Ta lại chào nhau tươi rói. Ly cà phê buổi sáng. Ly bia buổi chiều. Lai rai ngồi kể chuyện... Nguyên Phong!...

Thứ bảy 01/8/20

Có những cuộc hội ngộ vui,

Hoạ sĩ Nguyễn Trọng Khôi về bày tranh ở Huế và Hội An. Khai mạc phòng tranh ở Huế ngày 01.8 rất thành công. Anh hẹn vào ĐN thăm chơi. Cuối tuần, đã có mấy chương trình trước rồi mà phải gác lại, để đón anh, bởi, anh có về hoài được đâu. Và, dễ gì gặp... Nguyễn Trọng Khôi, Nguyễn Trọng Chức, và lao xao bè bạn văn nghệ lúc này!...

Nguyễn Trọng Khôi hiện đang sống tại Boston, Hoa Kỳ. Tốt nghiệp Mỹ thuật Gia Định 1973, thế hệ đàn em tiếp nối thế hệ đàn anh tài hoa Đinh Cường, Trịnh Cung, Hồ Thành Đức..., anh vẽ đa phong cách, đa trường phái, nhưng tôi thích nhất anh ở tĩnh vật tả chân và vẽ chân dung. Anh vẽ li ti cẩn thận chăm chút lắm. Những bức vẽ tưởng như hình chụp....

Quen anh qua anh Nguyễn Trọng Chức, một nhà báo lịch lãm, tài hoa. Anh Chức từng là thư ký toà soạn báo Tuổi Trẻ Chủ Nhật (nay là Tuổi Trẻ Cuối Tuần), thư ký tòa soạn tạp chí Mỹ Thuật TP.HCM và hiện là trưởng ngành lý luận - phê bình

Hội Mỹ thuật TP.HCM). Hai anh cũng Nguyễn Trọng, cũng để râu mép, cũng nói giọng Bắc, đi đâu cũng có nhau, như hai anh em....

Kỳ này anh Khôi về bày tranh và Chức chăm lo tổ chức. Cuộc bày tranh chưa xong mà đã rất thành công với nhiều tác phẩm được "gắn nơ"....

Cuối tuần thứ Bảy, ở Huế buồn, các anh rủ nhau vào ĐN chơi với NQC. Cuộc rượu lại với những "anh hùng văn nghệ ĐN" PNM, HSB, LD, thật vui...

Trưa lập thu, nắng cũng dịu dàng, bên lan can nhà với gió sông Hàn lên mát rượi. Ly rượu thơm và giọng hát anh Khôi thật ngọt ngào... Anh vẽ đẹp, viết nhạc giỏi, hát rất hay và tiếng đàn rất tài tử. Tôi sketch anh mà thấy lòng vui....

Ngày 9, anh bày tranh tại 57 Nguyễn Thái Học Hội An. Sẽ gặp lại nhau!....

ĐN, 03.8.19

Ngày cách ly 11, oải không?

Oải chớ sao không! Ông bà xưa nói: "Nhất nhật tại tù thiên thu tại ngoại". Một năm ở tù bằng ngàn năm ở ngoài. Còn bây giờ: "Cách ly ngoài này, gần bằng một ngày ở... trỏng!" Ừ, gần bằng một ngày ở trỏng thiệt. Ở trỏng còn có bạn tù, nằm ngồi sát nhau kể chuyện giang hồ vùng vẫy ngày xưa, tán gẫu, gãi lưng cho nhau được. Còn đây, chỉ được cái tự do ăn, tự do uống, chứ nhà ai nấy ở, đi ra đi dô, bà vợ một bên kè kè như... quản giáo, thì cũng gần gần như... ở trỏng, ở trỏng mà dzui, mà không oải mới lạ!...

Hôm qua ĐN có 20 ca, nhưng cũng loanh quanh việc lại vãng đến các bệnh viện, sáng ni chưa nghe thấy ca nào, bà con đã lại xuống đường đi bộ, vặn vẹo tập thể dục, tuy rất ý thức việc mang khẩu trang và không tụ tập đông người... Thành phố đã tiến hành test covi diện rộng. Bạn tôi đã có người test rồi, âm tính, có người đang chờ kết quả. Dân nơi khu vực bị phong toả hoàn toàn (do có người bị nhiễm) thì ở hẳn trong nhà và được cung cấp miễn phí thực phẩm đủ xài như nước mắm, dầu phụng, rau củ quả...

Test hết, ông nào "dương" thì "dô lò". Bà mô "âm" thì xả cửa.... Cũng cái chuyện âm dương này mà trên mạng đã thấy có thơ, có nhạc "âm hộ em" sôi nổi ồn ào. Các bạn cứ "sợt" vào là đầy ăm ắp!...

Lần trước cũng 14 ngày mà sao thấy... thường thường. Kỳ ni mới 11 ngày mà sao thấy... thương thương. Xưa "thường thường" vì dịch từ xa, ít lo, ít sợ. Nay "thương thương" vì dịch ở gần. Không biết bà con anh em bè bạn mình có ai xui, đi thăm bệnh, bị dính chàm không?...

Và thương, vì do nhiều thông tin trên mạng ghê gớm quá. Như chuẩn bị phong toả ĐN tựa VH. Ai "lỡ" đến chơi ĐN đều coi chừng mắc dịch. Rồi "giải cứu" 300 du khách mắc kẹt, v.v..., làm ĐN như cái nơi sản xuất Corona, làm người ĐN như những kẻ tội đồ. Nên, "Hãy đốt chết hết dân ĐN đi"; "Chẳng thà hy sinh một thành phố, còn hơn để một đất nước bị tiêu diệt". Gướm! Cứ như những lời hiệu triệu sát Thát đời Trần, lời kêu gọi của miền Bắc thuở chiến tranh!...

Thương, vì dẫu ai nói chi thì nói, dân ĐN cũng không to tiếng cãi vã (ngoại trừ tôi), mà miệt mài truy vết, miệt mài lo toan, miệt mài chữa trị...

11 ngày đã qua, biểu đồ bệnh nhiễm có xuống có lên. Mà dẫu có đi lên loanh quanh cái nhóm F1 từ bệnh viện ĐK, C, thì cũng chẳng lo!...

Thương, vì bạn bè xa gởi tin, gọi phone thăm hỏi. Cứ "có sao không? Có sao không?" Tôi trả lời không sao, ổn, nhưng các bạn chả tin, làm như tôi xạo! Vì có lẽ người đời thường muốn nghe những tin giật gân, khốn nạn cho người khác, hơn là những tin tức an lành!?!..

Nhưng oải, oải thật. Làm việc nhiều, lao động quá đà thì

oải vì mất nhiều năng lượng. Ăn no nằm dài trong buổi cách ly thì oải, bởi vì... quá thừa năng lượng! Đặc biệt, với những người thể thao, thể dục như tôi!...

Cũng như khi bạn làm việc bận rộn, bạn có quá ít thì giờ cho bản thân, cho gia đình, mặc dầu thu nhập tăng nhiều, bạn vẫn than, nhưng đó là cái than hạnh phúc. Còn chừ bạn thất nghiệp, nằm ườn ở nhà, tiền bạc, cơm gạo cạn dần, bạn than. Đó là cái than... bất hạnh!...

Giờ mình cũng đang thấy oải. Mô Phật. Không biết là cái oải hạnh phúc hay cái oải bất hạnh đây???

Còn 3 ngày nữa. "Rủi" mà hết cách ly. Mấy ông lại tụ năm tụm ba dô dô tăng một, tăng hai, ngất ngư con bà tư, thân thể rã rời, thấy oải, đó là cái oải... đã đời! Mấy bà vợ ngồi nhà chờ chồng, cơm cá lạnh tanh, lòng dạ cồn cào. Oải. Oải... Cái oải... "bất khả tư nghì", ai mà biết được!

07.8.20

Ngày thứ 14

Vậy là thời gian giãn cách đợt 1 đã không dừng tại đây. 14 ngày đã hết, nhưng 14 ngày khác lại nảy sinh. Cứ như giáo lý nhà Phật, chết chưa phải là hết. Chết là kết thúc cuộc đời trong thế giới này, để tái sinh trong cõi thiên khác. Cõi này chỉ là cõi tạm...

Cõi thiên khác tốt hơn hay xấu hơn cõi này, ai mà biết được. Những ngày tới sẽ "tệ" hơn hay sẽ "huy hoàng" hơn, chỉ đành phải chắp tay cầu nguyện... Tuy nhiên, chúng ta đã có 14 ngày nỗ lực, chung sức, giải quyết được bao vấn nạn, bầu trời ĐN đã quang hơn, dân tình ĐN đã yên tâm hơn, thì hy vọng rằng những ngày tiếp theo sẽ là chuỗi những tin vui!...

Sơ kết đợt dịch, nhận thấy:

@ Virus Vũ Hán là loại siêu độc, chúng đã biến thể khó lường. Phát tán nhanh hơn, dễ dàng hơn. Virus tấn công con người ở mọi tuổi tác, già 70 cũng như trẻ 2 tháng, đều có khả năng mắc dịch. Virus phát tán không kể thời tiết nóng, lạnh, nắng, mưa.

@ Vũ khí sinh học là siêu vũ khí. Có thể quật ngã các cường quốc bằng sự vô hình vô ảnh của nó. Có thể tàn phá thế giới này mà không cần đạn nổ, bom rơi!

@ Thời gian ủ bệnh của virus Vũ Hán không nhất thiết 14 ngày, có thể ngắn và dài hơn.

@ F0 ở ĐN không phải là người.

@ Nếu dịch khởi phát tại ĐN là do bom virus Vũ Hán, thì lựa chọn bệnh viện Đa khoa, bệnh viện C làm địa điểm thả bom, là một lựa chọn cao siêu, thâm độc, khó nghĩ ra!

@ Chúng ta không nên chủ quan, tự mãn khi khống chế được từng đợt dịch, chúng sẵn sàng quay lại bất cứ lúc nào.

@ Dân ta là một dân tộc quật cường. Khi có biến, sẵn sàng tập hợp dưới một ngọn cờ chung để chiến đấu.

@ Tình người của dân Việt nói chung và ĐN nói riêng thật thiêng liêng, đáng quí.

@ Một số quan chức cao cấp trong chính phủ nhận thức còn kém, cần phải thay thế.

@ Luôn luôn kiểm soát chặt biên giới, người nhập cảnh, đặc biệt bọn Tàu.

@ Báo chí không nên giựt tít quá "nóng" như "ổ dịch", "đỉnh dịch" "phong toả như Vũ Hán", "giải cứu" v.v.. làm hoang mang dư luận.

@ Phải minh bạch thông tin, từ người dân, người bịnh, cho đến chính phủ.

@ Điều quan trọng hàng đầu là phải bình tĩnh.

Bên cạnh đó, chúng ta cũng thấy những điều tích cực do Covid đem lại:

@ Thế giới bừng tỉnh, thấy được bộ mặt thật, sự nguy hiểm, gian trá của chính quyền Trung cộng.

@ Thế giới cần xem lại chính sách kinh tế toàn cầu hội nhập sâu. Cần xem xây dựng nội lực là quan trọng.

@ Việt Nam cần xem lại điểm mạnh phát triển kinh tế của ta nằm ở đâu. Công nghiệp nặng hay nông nghiệp.

@ Cần phát triển một giao lưu thương mại, chính trị, dựa trên công nghệ thông tin công nghệ cao.

@ Quan hệ cộng đồng cần chừng mực, không nhất thiết vồ vập quá, ôm ấp quá, quần thể quá.

@ Nhận thức việc vệ sinh thân mình và phòng bịnh, mang khẩu trang là rất quan trọng.

....

Dịch tái phát tại Đà Nẵng từ giữa tháng Bảy, làm lây lan ra một số địa phương khác, đa số do họ đã đến đây thăm viếng. Dân ĐN rất buồn, cảm giác như mình có lỗi. Bản thân tôi đã sát cánh cùng chính quyền, bè bạn, anh em, người góp của, kẻ góp công, bình tĩnh chống dịch, và, đã mạo muội viết "nhật ký cách ly", mỗi ngày một bài gởi cho bè bạn, cốt để cập nhật thông tin cho nhau, động viên nhau...

Là con người, ai mà không mong thế giới thái bình, quê hương an lạc, được sống cùng nhau trong bình yên, yêu thương, hạnh phúc....

Đến nay, 14 ngày đã qua, dịch vẫn chưa hoàn toàn chấm dứt, nhưng thiết nghĩ mọi việc đã rõ ràng, biện pháp đã có, chỉ cần thời gian, ít nhất phải hai đến ba tuần nữa, mới phát hiện hết người nhiễm để cách ly, chữa trị...

Người viết cũng xin chấm dứt "hành trình" theo dõi tình trạng cách ly của Đà Nẵng. Xin dừng "nhật ký" tại đây!...

Một học giả, kiêm thi sĩ, nhạc sĩ nổi tiếng ở TK, đã đánh

giá tôi: "Viết một câu không nên hình, rứa mà đòi viết văn!" (TLĐ). Vì bức xúc với tình hình dịch bệnh tại ĐN, tôi đã không nghe lời anh, viết "nhiều câu không nên hình" gởi mọi người, thật là ẩu, thật là hồ đồ!

Cũng vậy, nghe vợ đọc fb thầy Gia, bảo "Có người comment bài ngày 13 anh viết sai chính tả, "đọc như ăn cơm đụng sạn kìa, kiểm tra lại đi!" Tôi đã xem kỹ lại bài gởi và không biết mình sai chính tả chỗ nào, xin bậc cao minh chỉ giáo. Mong lắm thay!

Hết phim và hết pin!

10.8.20

Nguyễn Quang Chơn

QUANG ĐẶNG

Sài Gòn - Việt Nam

NGÀY KHÔNG NHƯ MỌI NGÀY

Tôi thường thức dậy rất sớm lúc chùa Lâm Tế gần nhà đổ những hồi chuông đầu tiên. Sau đó ngồi vào bàn và viết. Từ hôm dịch Covid-19 lan rộng thói quen cũng thay đổi. Thay vì viết lại mở máy đọc tin tức vì thật ra cũng chẳng viết được, con virus đáng sợ đã đánh bật mọi ý tưởng đang lởn vởn trong đầu.

Lúc dịch bệnh chỉ mới xuất hiện ở Vũ Hán, hàng ngày tôi đọc lướt qua các tin vì ngỡ cũng giống các trận dịch trước không ảnh hưởng gì nhiều đến Việt Nam, thậm chí đầu tháng Hai còn về Tuy Hòa dự một buổi họp lớp. Nhưng đến khi tình hình Vũ Hán trở nên nghiêm trọng và số người dương tính với virus trong nước tăng dần tôi không còn thờ ơ như trước nữa.

Thoạt tiên tôi thu nạp nhiều nguồn tin. TV, báo mạng, Facebook, Zalo, tin trong nước, tin ngoài nước. Lúc này những gì liên quan đến cơn sốt Vũ Hán đều không bỏ sót: con số tử vong nhảy múa, ngôi chợ bán động vật hoang dã, đường phố không một bóng người, các bệnh viện dã chiến, nhật ký của một nhà văn. Tiếp theo là Hàn Quốc, Ý, các nước Châu Âu rồi Mỹ cùng một kịch bản lây lan và chết chóc tăng chóng mặt y hệt Vũ Hán. Tin trong nước thì nay địa phương này xuất hiện ổ dịch, mai khu phố kia bị cách ly. Các chuyến bay từ nước ngoài về chở theo không ít người mang mầm bệnh. Học sinh nghỉ học. Lương thực, thực phẩm ở các siêu thị, chợ cháy hàng. Hàng không, xe lửa, xe taxi, xe bus, du lịch, hàng quán, mọi dịch vụ đều ngưng trệ.

Không dưng nạp cùng một lúc số lượng lớn tin tức cộng với việc hạn chế đi ra ngoài khiến đầu óc tôi trở nên quá tải, căng thẳng thấy rõ. Tưởng chỉ mỗi mình tôi, hóa ra nhiều người cũng rơi vào trạng thái tương tự. Có lần tôi gọi điện cho nhà văn NM. Mãi một lúc sau mới có tiếng trả lời: Anh đang thiu thiu ngủ. Thời tiết lúc này thật khó chịu, sắp giao mùa nên người anh cứ bần thần. Không phải do thời tiết, anh ở lâu trong nhà nên đâm ra như thế. Còn hỏi nhà văn ĐCL đang làm gì, viết gì? Anh đang lơ ngơ không làm gì hết. Tôi có cảm giác đang sống lại những ngày Tết Mậu Thân năm 68 hay tháng 4/75. Lúc nào cũng hoang mang, nơm nớp lo sợ chẳng làm được việc gì ngoại trừ nghe ngóng tin tức và chạy đi mua nhu yếu phẩm. Tôi định sẽ thôi đọc tin tức hay hạn chế bớt nhưng không thể nhất là khi Coronavirus xuất hiện ở một hẻm đường Bùi Viện gần nhà và sau đó là ổ dịch bar Buddha ở quận 2.

Sở dĩ tôi nhắc những ngày chạy loạn hồi nhỏ vì tin tức lúc này đưa đến dồn dập kiểu đánh nhau tới đâu rồi? Kẻ thù giấu mặt đang tấn công gần hết thế giới. Tin Covid-19 tràn ngập trên các phương tiện truyền thông. Giữa một rừng tin tức nóng hổi thật, giả lẫn lộn bỗng dưng sức đọc của tôi khựng lại. Không phải tôi bị bội thực hay tin tức bão hòa mà do ngày nào cũng chỉ đọc một loại tin nên cảm xúc chai đi, chưa kể nếu cứ sa vào các tin tức bi quan rất dễ nảy sinh ý nghĩ tiêu cực. Nghĩ như thế nên thay vì đọc ngấu nghiến mọi thứ như trước, hàng ngày tôi chỉ xem bảng tổng kết số người nhiễm virus, số người tử vong, số ca hồi phục ở một vài điểm nóng trên thế giới như Mỹ, Tây Ban Nha, Ý, Anh, Pháp và một vài tin chính. Không lâu sau đó tôi viết được trở lại. Chủ biên Nguyên Minh cũng vừa khoe cuốn sách được thực hiện trong mấy tháng ngồi nhà. Các bài viết mới của nhà văn Đặng Châu Long cũng dần xuất hiện trên FB. Tôi cho rằng đây không phải sự trùng hợp ngẫu nhiên mà là khả năng thích ứng trước những vụ việc có tính chất kéo dài cho dù cao trào đến đâu.

Nói như thế không có nghĩa tôi không còn quan tâm các tin tức dịch bệnh chỉ có điều đọc khác đi. Chẳng hạn vào You-tube xem Vũ Hán thời tiền Covid-19 đẹp và hiện đại như thế nào rồi so sánh hạc vàng trong thơ Tô Hiệu ở Hoàng Hạc Lâu ngày trước với bầy quạ bay đen kịt bầu trời Vũ Hán hiện tại. Cũng như xem lượng không khí ô nhiễm giảm đáng kể ở các thành phố lớn như Vũ Hán, Châu Âu, New York, Hà Nội, Sài Gòn trong thời gian cách ly.

Thú thật ở Sài Gòn 40 mấy năm tôi chỉ thích Sài Gòn mấy ngày Tết: sạch đẹp, bình yên, vắng lặng. Mùa Covid-19 bất ngờ trả Sài Gòn về những ngày Tết kéo dài. Không khói bụi, kẹt xe, huyên náo hình ảnh Sài Gòn đẹp đến nao lòng trên các trang mạng. Mùa hoa dầu tháng Tư cũng khiến cho người Sài Gòn có cái nhìn khác hơn về thành phố. Trên các con đường quanh khu vực nhà thờ Đức Bà, những cánh hoa dầu bay xoay xoay trong gió trước khi rơi xuống đường tạo thành những đám lá nâu trông thật lãng mạn. Tương tự tôi cũng thích xem hình ảnh phố cổ Hội An, phố cổ Hà Nội, kinh thành Huế trong những ngày giãn cách xã hội. Hiếm khi nào các di tích này được nghỉ ngơi dài ngày với nét cổ kính và trầm mặc vốn có. Hay hình ảnh tương phản giữa chết chóc và bình yên ở các thành phố của Ý. Một bên là quan tài nằm chật cứng ở các nhà thờ cùng những thành phố ma với vô số lâu đài, thành quách nổi tiếng và một bên là đàn cá bơi lội tung tăng dưới làn nước trong xanh tại các điểm du lịch bị phong tỏa hay tiếng hát, tiếng đàn vang lên từ balcon các ngôi nhà để xoa dịu nỗi đau dịch bệnh. Riêng New York hình ảnh các hố chôn tập thể nạn nhân Coronavirus ở đảo Hart làm cho tôi xúc động mạnh và gợi nhớ chuyến đi năm nào. Quảng trường Times Square, cầu Brooklyn, tượng Nữ Thần Tự Do, nhà hát Broadway, Wall Street, Rockefeller Center… mất bao lâu để New York hồi phục?

Bên cạnh đó tôi cũng thường vào trang nhà của những người bạn thích gần gũi với thiên nhiên, ưa chuộng cuộc sống giản dị, bình yên. Bình minh trên bãi biển. Lọ hoa hồng giá rẻ giải cứu nông dân Đà lạt mùa dịch. Chén mắm ruột cá bò ngày hè miền Trung. Bài hát với các ca từ chiêm nghiệm kiếp người của họ Trịnh. Một bài thơ, đoản văn hay viết vội. Cuốn phim định xem từ rất lâu giờ mới có dịp. Đại dịch dường như khiến người ta sống chậm lại, đơn giản hơn, thiên về khuynh hướng " Tôi yêu những gì đến tự nhiên"(1) và cũng xít lại gần nhau hơn.

Tôi và một nhóm bạn Messenger vừa theo dõi cuộc trùng phùng rất cảm động của vợ chồng người bạn: vợ Ý, chồng Việt. Cả hai đều là nhà văn. Anh chị lấy nhau lúc anh sang Ý du học cách đây mấy mươi năm. Đến tuổi hưu họ về Việt Nam sống. Hàng năm cả hai đều về Ý thăm nhà và lần nào chị cũng ở nán thêm với gia đình một thời gian. Lần này cũng vậy, tháng 2/2020 anh về Việt Nam trước và khi đến lượt chị các chuyến bay từ Ý về Việt Nam đều bị hủy bỏ vì Coronavirus. Không thể để vợ một mình bên ấy anh tìm đủ mọi cách trở về tâm dịch. Hàng ngày chúng tôi vào messenger hồi hộp dõi theo chuyến hành trình đầy bão táp của anh. Có vé rồi lại hủy, lên phi trường rồi lại về không biết mấy lần. Trời không phụ lòng người, Sài Gòn - Doha - Rome cuối cùng anh cũng có mặt ở Milan giống như lời dự báo trên bìa cuốn sách "Milano - Sài Gòn đang về hay sang?" của anh vừa xuất bản cách đây không lâu.

Từ câu chuyện vợ chồng người bạn, tôi chợt nhớ đến

trường hợp của ông ngoại tôi, liên quan đến một trận dịch tả xảy ra ở Tuy Hòa cách đây hơn 100 năm (căn cứ vào năm sinh của bà ngoại 1900). Ông ngoại tôi có ba anh em. Ông ngoại lớn nhất thứ hai, người thứ ba không rõ có lẽ đã mất từ lúc nhỏ. Người thứ tư là bà cô Bốn lấy chồng ở Phan Rang. Người thứ năm là bà cô Năm tức chủ tiệm chạp phô bà Năm Chên (gọi theo tên người con gái đầu) ở Ngã Năm Tuy Hòa trước năm 1975 ai cũng biết. Theo lời má tôi kể (thuật lại lời ông ngoại) ba anh em ông ngoại mồ côi cha mẹ rất sớm lúc ông mười mấy tuổi và bà cô Năm còn là một cô bé lên mấy. Nguyên nhân ông bà cố chết trong một trận dịch tả lớn ở Tuy Hòa người chết rất nhiều. Lúc hạ huyệt chính quyền địa phương hồi đó bắt rải vôi trắng xuống mộ cũng như chung quanh nhà để khử trùng. Đây là câu chuyện tôi nghe không biết bao nhiêu lần, chứng nhân lại là những người thân yêu sống chung quanh nhưng cứ nghe xong rồi quên như nghe chuyện cổ tích. Covid-19 bất ngờ làm tôi nhớ lại. Lạc hậu hay văn minh, dịch bệnh thời đại nào cũng rất đáng sợ.

Cũng trong thời gian giãn cách xã hội, một người bạn gởi cho tôi link cuốn phim "Tình yêu thời thổ tả" phỏng theo tiểu thuyết cùng tên của nhà văn người Colombia Gabriel Garcia Marquez tác giả cuốn "Trăm năm cô đơn". Phim lấy bối cảnh cảng biển Caribbean vào những năm 1880 khi đại dịch thổ tả cướp đi mạng sống nhiều người. Theo tôi chi tiết đắt giá nhất trong phim là chiếc tàu thủy chở đôi tình nhân lớn tuổi với lá cờ vàng dấu hiệu có người bị bệnh thổ tả trôi giữa dòng sông. Khoan nói đến cách bảo vệ mối tình vượt thời gian rất hay và lãng mạn của nhân vật nam chính, ở đây tôi chỉ muốn nói đại dịch nguy hiểm như thế nào. Chỉ cần giương lá cờ báo hiệu dịch bệnh thuyền bè nào cũng phải tránh xa.

Một người bạn vừa post lên FB dòng status rất ấn tượng: "Thế hệ của chúng ta chứng kiến hai sự kiện lịch sử quan trọng: 30/4/1975 và Covid-19". Xét về bản chất hai sự việc hoàn toàn khác nhau song về mặt cảm xúc lại giống hệt nhau: bồn chồn, lo lắng, Que sera, sera? 45 năm trôi qua, cuộc đời mỗi người đều đã có đáp án. Virus cũng vậy sớm hay muộn cũng sẽ tìm được vaccine. Đọng lại gì sau các biến cố mới là điều đáng suy ngẫm: thay đổi cách sống, lãng quên quá khứ, hướng đến tương lai? Hay như vợ chồng người bạn nhà văn sau những bất trắc, chia xa "chỉ còn anh và em cùng tình yêu ở lại".(2)

Quang Đặng
Tháng 5/2020

1/ Và Tôi Cũng Yêu Em: sáng tác nhạc sĩ Đức Huy
2/ Thơ Tình Cuối Mùa Thu: thơ Xuân Quỳnh

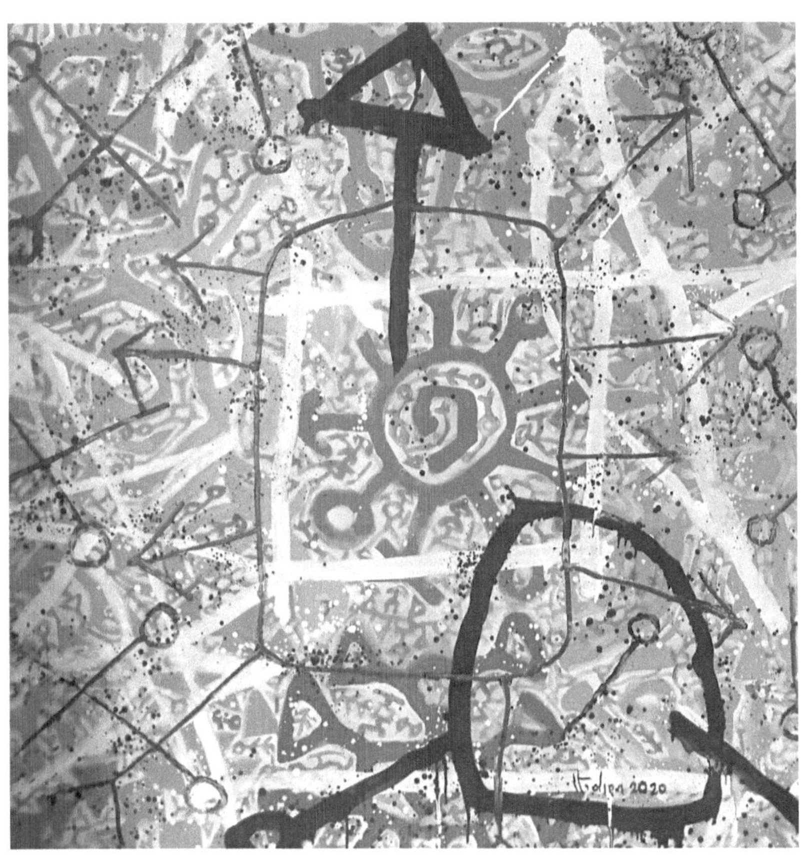

(Tranh Lê Triều Điển)

LÊ TRIỀU ĐIỂN

Sài Gòn - Việt Nam

VẼ

Vẽ là để giải tỏa những ưu tư của con người đối với cuộc sống, để chữa lành những vết thương trong tâm hồn. Trải qua chiến tranh, đói nghèo, lạc hậu của quá khứ. Cuộc sống dồn dập theo dòng chảy của thời gian, của suối nguồn,của biển cả. Biết bao tai họa từ thiên nhiên, từ con người, những cơn đại dịch, thiên tai cứ đến rồi đi, gây nên đau khổ tang thương cho loài người. Màu sắc đường nét thể hiện những xúc cảm trong tâm thức của con người đối với sự sống, đó là sự chuyển động bắt đầu và kết thúc của nỗi buồn lo, niềm hy vọng trong mùa dịch với bao biến đổi của thế giới và của loài người với tâm thế bình an và cẩn trọng. Mong Covid sẽ qua đi để cuộc sống được tự do bay bổng, không còn ranh giới của sự chia lìa ngăn cách.

Lê Triều Điển

DUYÊN

Michigan - Hoa Kỳ

HỒNG ÂN MẦU NHIỆM

Đã qua giữa tháng năm, sao trời còn lạnh quá, không lẽ trời lạnh hoài... suốt "tháng năm"? những chậu hoa mua về từ cửa hàng grocery cả tháng nay (mời gọi sắc mầu rực rỡ mùa hè) vẫn yên nằm trong nhà chưa được trồng xuống vườn, đang ủ ê, buồn, héo úa...

Tôi ở nhà may những chiếc mặt nạ xinh xinh, chắp nối từ những miếng vải vụn, may pyjama cho các cháu khi xưa còn bé, may mắn còn sót lại chút ít trong ngăn tủ phòng may (lúc shelter in place mới ban hành, tôi không mua được vải và vật liệu may vá). Kim chỉ bỏ quên lâu ngày, nay có dịp thức dậy siêng năng làm việc, chuyện trò cùng tôi... như khuôn mặt thân yêu của từng người tôi đang nhớ... thỉnh thoảng tôi nghĩ đến mẹ, lo không biết bà ra sao? Chợt giật mình nhớ ra, mẹ không còn trên cõi đời này nữa, chả cần chiếc mặt nạ tôi đang khâu. Mẹ không còn phải lo lắng, bồn chồn về một sợ hãi mông lung đang trùm kín loài người. Mẹ đang bềnh bồng trên tầng mây cao, xa lắm... Mẹ vẫn bảo bọc tôi, tia mắt ân cần...

Qua cửa sổ phòng ăn, ba cây hoa đào nở rộ, một màu hồng thật đẹp, cây dogwood trước nhà, bên cửa sổ, nơi con chim mầu đỏ gạch về đậu trên cành. mỗi bình minh... ca hót. gọi tôi bước vào ngày mới. Giọng líu lo. chuyên cần. thúc hối... tôi đây em, đừng lo cho tôi nhé, tôi sẽ cố giữ gìn sức khỏe, tôi đây rồi mà, em hãy bay đi... gọi giùm tôi những người thân yêu nhé. lay động thế giới ngoài kia. tỉnh thức: hãy gần gũi hơn dù đang bị chia xa, hãy thương yêu hơn. khi còn. có thể. ôm nhau bằng một vòng ôm không, nhưng tròn vạnh nghĩa tình... để cho người. dù không may mắn, chưa hề cô đơn khi một mình đi trên con đường chông gai đó. còn săn sóc siết tay của các chiến sĩ tuyến đầu, người dù cô lập trên giường bệnh. hay trong chiếc quan tài buồn. lặng lặng. tự thiêu... niềm cô đơn. Xin đừng bao giờ có...

Vườn trước nhà, nhiều cây âm thầm đơm nụ, âm thầm nở hoa, tôi nào biết... khi tiếng nói cười trong sân, những ngày xa xưa cũ... biến đâu rồi?

Tôi vẫn ở nhà mấy tháng nay, ngoại trừ những lúc phải ra ngoài mua thức ăn hoa quả, rau, thịt cá cho cả tuần hay ra bưu điện gửi thư cho gia đình và bạn...

Tôi vẫn ở yên trong nhà từ độ tháng Ba, buồn phiền lo sợ giờ mỏng đi theo ngày tháng... đã hơn hai tháng rồi, chấp nhận mà sống. Tôi thiền hành, tịnh tâm qua mũi kim, sợi chỉ. Tôi khâu vá yêu thương. Tôi khâu vá tôi. Ghép những những mảnh vải vụn thành trái tim, xỏ thành chuỗi, tôi đeo...

Một đêm bên chiếc máy may. đêm rất khuya... trên youtube tôi đang nghe kinh Phật, bỗng tiếng hát của một bài Thánh ca nổi lên, tôi như người tỉnh giấc: xâu chuỗi tôi đang đeo đứt tung, từng "hạt tim" rơi trên mặt bàn kính. lanh canh tiếng hạt trai, hạt pha lê chạm nhau tạo thành thanh âm, nhạc tuyệt vời. trước mắt tôi một sân khấu sáng ngời... những trái tim nhảy múa điệu luân vũ đẹp nhất. khán giả đang chìm trong bóng tối, yên lặng hướng về sân khấu. người mục sư da đen cất tiếng hát... nguyện cầu:

Amazing Grace, how sweet the sound
That saved a wretch like me
I once was lost, but now am found
Was blind but now I see... *

đã cùng khổ, thêm mù loà
một lần tôi lạc bước...
tìm ra tôi, hồng ân ngọt ngào chỉ lối,
trước mù loà, giờ tôi đã thấy... **

duyên

* Amazing Grace, bài thánh ca.
** Lời phỏng dịch Amazing Grace của tác giả.

TRẦN THỊ TRÚC HẠ

Đà Nẵng - Việt Nam

MƯA LẠNH TỪ TRONG GIẤC MƠ

Trời chiều xám xịt, mây đen kéo về giăng kín cả bầu trời, sấm sét rạch ngang trời như đe doạ khách bộ hành đang đi trên hè phố. Tôi bước vào một khách sạn nhỏ nằm trên con phố vắng, cô gái ngồi ở quầy lễ tân nhăn mặt, lắc đầu xua tay ghê sợ và muốn đuổi tôi đi thật nhanh. Cảm giác xấu hổ tủi nhục tràn ngập tâm can, tôi cúi đầu bước ra khỏi khách sạn và đi tiếp, lạ lùng làm sao khách bộ hành cứ như né tránh và dạt xa tôi, những chiếc xe taxi cũng vội vàng lướt qua, qua tấm chắn kính mờ mờ tôi nhìn thấy khuôn mặt lạnh lùng của người tài xế lắc đầu từ chối cái vẫy tay của tôi. Ngao ngán và rã rời đôi chân, tôi ngồi bệt xuống vỉa hè. Mưa bắt đầu trút xuống ồ ạt, mưa như cuốn trôi tôi theo dòng nước đầy lá úa cùng rác rưởi. Tôi oà khóc, nước mắt hoà trong nước mưa, chưa bao giờ cảm thấy cô độc và tuyệt vọng đến tận cùng như thế...

Dậy đi em, dậy đi biển chứ!

Tiếng chồng tôi nhẹ nhàng đánh thức tôi rời khỏi một giấc mơ buồn.

Ngủ nằm mơ thấy gì mà khóc dữ vậy em?

Tôi kể lại giấc mơ, anh cười chế giễu:

Em lúc nào cũng tưởng tượng những chuyện gì đâu rồi ám cả vào trong giấc ngủ.

Biển sáng nay thật lạ, người đâu mà đông như kiến. Sau đợt giãn cách xã hội vì dịch Covid hình như ai cũng bức bí muốn thoát ra khỏi nhà để tìm không khí trong lành của biển. Ngoài những khuôn mặt quen thuộc của những người tắm biển thường xuyên còn có những khuôn mặt rất lạ. Chỗ ngồi quen thuộc của tôi ở quán cà phê bên công viên đã bị một nhóm khách lạ chiếm mất. Cảm giác bực bội chán ngán ùa về, không còn sự thanh thản yên bình của ngày hôm qua.

Mùa hè vẫn oi nồng và khó chịu, tôi không ngủ được và không cảm thấy đói bụng, người lúc nào cũng chếnh choáng. Giấc mơ lạ lùng đó lại trở về trong giấc ngủ. Tôi đành gọi cho Tịnh Thy, nhà tâm lý học dễ thương của tôi.

Thy ơi, thời gian này chị làm sao á.

Làm sao là làm sao, kể đi em nghe đây.

Tôi kể cho Thy nghe về giấc mơ lạ lùng, Thy cười bảo tôi:

- Thường thường giấc mơ có thể phản ánh những suy nghĩ và cảm xúc tiềm ẩn của chính bản thân mỗi người nhưng nó có khuynh hướng siêu thực, có phần méo mó hơn so với những gì diễn ra trong thực tế. Chắc tại Đà Nẵng đông khách du lịch quá nên chị cảm thấy bức bối đó thôi, ra Huế thư giãn với em vài ngày sẽ vui trở lại.

Vậy là tôi ra Huế.

Buổi chiều chưa chiều lắm, nắng vẫn còn trong veo, hai đứa lang thang khắp phố, Huế vẫn yên tịnh trầm mặc với tiếng ve và phượng vĩ lóng lánh trong nắng. Tịnh Thy rủ tôi trèo lên Gác Trịnh uống cà phê... Căn gác nhỏ giản dị, đơn sơ bừng sáng lên từ âm thanh réo rắt khắc khoải của "Hạ trắng" như gõ vào những bức tranh của Trịnh và của những người bạn của ông. Tưởng chừng như có tiếng cười nói thầm thì của Trịnh và bạn bè thân thuộc của ông vang vọng ra từ những bức tường vô tri. Hàng cây long não vẫn xanh mướt trong bóng chiều nhạt nhoà im vắng. Tôi nói với Tịnh Thy:

- Huế của em vẫn giữ lại linh hồn, còn Đà Nẵng của chị hình như đã mất.

Tịnh Thy ngỡ ngàng nhìn tôi:

- Sao lúc này chị bi quan dữ vậy? Chị có biết là rất nhiều người đã bỏ Huế vào Đà Nẵng mưu sinh không?

Tôi lắc đầu buồn bã:

- Chị biết điều đó, không riêng gì Huế mà Quảng Bình, Quảng Trị, Quảng Nam lúc này đều đổ vào Đà Nẵng để mưu sinh. Nhưng sao chị vẫn luôn tiếc nhớ một Đà Nẵng trong ký ức của chị.

Tịnh Thy cười:

- Chị là người hoài cổ.

Đúng là tôi thường hay tiếc nuối những ký ức tươi đẹp về thành phố Đà Nẵng, khung trời ấu thơ yên bình của tôi. Những rừng dương liễu bạt ngàn bên biển nơi ngày xưa tôi cùng bạn bè cắm trại, thư viện thành phố, nơi tôi và bạn bè vẫn thường lui tới mỗi ngày để tìm những tư liệu từ những giá sách cao ngất hay học bài trên ghế đá trong không gian rợp bóng cây xanh, sân vận động Chi Lăng rộng mênh mông...tất cả đã biến mất, thay cho một Đà Nẵng hiện đại với toà nhà chọc trời, những sân gôn, re-sort mọc lên che lấp biển...Rồi giá đất cao ngất nghểu, thành phố xuất hiện một tầng lớp giàu lên từ đất, từ làng quê cho đến thành phố họ không chịu làm gì ngoài việc tụ tập ở nhà hàng, quán nhậu, cà phê để nghe ngóng và cò mồi đất. Tiền nhiều tiền ít gì cũng buôn đất, vay ngân hàng cầm cố nhà cửa, ai cũng mơ giấc mơ thành tỷ phú từ đất. Những thông tin mỗi sáng trên bãi tắm của bạn bè tôi cũng tập trung vào những đề tài thế sự, những vị lãnh đạo thành phố ai sẽ lần lượt vào tù, tội danh gì, gỡ lịch bao nhiêu năm... Rồi chuyện vụ án cô gái người Trung Quốc đánh bạc ở Casino Crowne ăn không đều chia không đủ bị người yêu dùng dây thừng siết cổ giết chết rồi phân xác thành 3 phần, mang đến cầu Tuyên Sơn - quận Ngũ Hành Sơn để vứt xuống sông Hàn phi tang. Liên tục các ngày 16/7 lực lượng chức năng Đà Nẵng kiểm tra hành chính một khách sạn ở quận Sơn Trà, phát hiện 27 người Trung Quốc nhập cảnh trái phép. Ngày 17-7 phát hiện nhóm 24 người Trung Quốc nhập cảnh trái phép. Đến tối ngày 20-7 phát hiện hơn 30 người Trung Quốc nhập cảnh trái phép vào Đà Nẵng. Theo điều tra ban đầu, những người này vào địa phương theo "đường dây" do công dân Việt Nam câu kết với các cá nhân Trung Quốc tổ chức...

Vậy đó, chỉ cách nhau cái đèo Hải Vân mà Đà Nẵng đâu được yên bình như Huế.

Buổi sáng thức dậy trong vườn nhà đầy tiếng chim, không khí trong lành mát rượi, hương nguyệt quế ngào ngạt cùng với hương cau thơm nồng. Minh Tự đã thức dậy tự lúc nào, anh chàng đang lui cui quét lá ở sân vườn, tiếng chổi xào xạc âm thanh thật vui tai.

- Chao ôi Tịnh Thy ơi sao kiếp trước em khéo tu đến vậy.

- Hì hì, nhiệm vụ của chàng mỗi ngày chỉ có vậy thôi.

- Chỉ có vậy thôi? Em còn muốn gì nữa?

- Muốn nhiều lắm chị, nhưng trời cho bao nhiêu hưởng bấy nhiêu.

- Cuộc sống của em êm đềm bình lặng như sông.

- Còn cuộc sống của chị thì sóng gió như biển hở?

- Ờ.

- Chị à, cuộc sống luôn có sự đổi thay từng giờ từng ngày, mình phải tập thích nghi thôi, chị đừng buồn. Chỉ còn 15 ngày nữa hai chị em mình sẽ vào Sài Gòn hội ngộ cùng bạn bè Quán Văn rồi tha hồ vui. Dù sao đi nữa cuộc sống của mình vẫn không đơn điệu gò bó hơn rất nhiều người.

Tôi cảm thấy phấn chấn hơn khi Tịnh Thy nhắc đến cuộc hội ngộ của chúng tôi sắp tới. Tạp chí Quán Văn, đó là nơi hội tụ những cây bút miền Nam trước đây, họ không có gì ngoài nỗi đam mê văn chương. Tự in ấn phát hành, mỗi tháng ra một số viết về nhiều chủ đề. Tôi và Tịnh Thy đã cùng họ có những chuyến đi từ nam ra bắc, từ đồi núi đến đồng bằng, từ sông ngòi đến biển cả. Chúng tôi chia sẻ với nhau niềm vui và nỗi buồn, yêu thương nhau như ruột thịt. Chúng tôi gọi đó là ngôi nhà. Tôi và Tịnh Thy bước vào ngôi nhà Quán Văn như được tắm mát trong dòng sông yên bình, ở đó hai đứa tôi được các anh chị yêu thương như hai đứa em út.

Thức giấc trong vô thức, tôi muốn tìm lấy chiếc túi xách đựng áo tắm, kính bơi và mũ trùm tóc để chạy ra biển, tôi sẽ cùng những người bạn bơi thật xa, cùng trò chuyện với họ hoặc thả nổi trên mặt nước để tìm ngôi sao ban mai. Nhưng không gian quanh tôi lạ lẫm quá, không phải căn phòng thân thuộc, nằm im và chợt nhận ra đây là căn phòng ở một khách sạn trong một thành phố lạ. Nhìn qua bên cạnh, Tịnh Thy đang ngủ ngon với nhịp thở đều đặn. Bất chợt tiếng chuông điện thoại reo lên trong thinh không, âm thanh của nó sắc lạnh thật đáng sợ. Điện thoại của con gái vào thời điểm này là điều không lành.

- Me ơi, sân bay Đà Nẵng đóng cửa lúc 0 giờ đêm qua.

Tôi cảm thấy lạnh toàn thân.

- Vậy là me không bay về nhà được hở con?

...

- Có khả năng khu vực nhà mình bị cách ly vì đã có người

bị nhiễm virus.

- Làm sao bây giờ hở con?

Tôi nghe giọng con gái nghèn nghẹn.

- Thôi kệ... biết đâu nhà mình có me thoát ra... cũng tốt hơn là dính chùm... bế tắc...

Tim tôi như thắt lại.

- Đừng nói... rồi me sống với ai? Thà me chết còn hơn...

Tịnh Thy ngồi bật dậy cầm lấy tay tôi dỗ dành:

- Chị đừng khóc, không sao đâu, sẽ có cách thoát mà.

- Tịnh Thy ơi, thì ra giấc mơ chị kể cho em nghe là điềm báo trước.

- Chị đừng nghĩ đến giấc mơ đó nữa. Chị đâu có cô độc một mình, chị còn có em, có bạn bè.

Không khí của chuyến đi bắt đầu chùng lại. Đêm qua anh Vũ phải đi bệnh viện cấp cứu vì mệt tim, sáng nay chị Hoài lại cao huyết áp. Tôi và Tịnh Thy lăng xăng chăm sóc chị, chị Mỹ Lệ gọi xe đưa chị vào bệnh viện nhưng chị kiên quyết không đi, may mắn là sau đó chị bình thường trở lại. Tịnh Thy thầm thì với tôi:

- Mấy anh chị của mình sức khoẻ yếu hết rồi, nên không biết mình sẽ còn đi với nhau được bao lâu nữa.

- Đó là lý do mà lúc nào có thể đi cùng các anh chị được là chị bằng mọi cách phải đi. Như chuyến đi này... đáng ra chị không nên đi...

- Chị đừng băn khoăn gì nữa, đó là sự sắp xếp của cơ duyên.

Mọi người quyết định ở lại nghỉ ngơi trong resort Long Hải (Bà Rịa) đến trưa mới lên xe về Sài Gòn.

Tịnh Thy đeo ba lô lên vai chào mọi người để tiếp tục hành trình dạy các lớp đại học ở các tỉnh Bà Rịa, Đắc Lắc, Đà

Lạt rồi sau đó bay về Huế. Hành trình của Thy chặt chẽ và bình yên còn hành trình của tôi phía trước sao chông chênh quá. Tôi không thể giấu đi nước mắt, người Đà Nẵng bây giờ sao giống như người Vũ Hán, đi đến đâu ai cũng sợ lây nhiễm vi rút. Tịnh Thy nhìn tôi, mắt nó cũng đỏ hoe.

- Chị mà khóc là em bỏ dạy đi theo chị đó.

Tôi khoát tay:

- Không khóc nữa, em đi đi...

Chị Hoài cầm tay tôi dỗ dành:

- Về nhà với chị, chị ở một mình, nếu có bị cách ly hai chị em sẽ tự cách ly ở trong nhà không làm phiền ai.

Nhìn những ánh mắt ái ngại thương cảm của anh chị em trong Quán Văn tôi cũng thấy ấm lòng và đỡ hoang mang được phần nào.

Khi xe dừng lại ở trạm cuối cùng, tất cả anh em trong Quán Văn lần lượt ra về, còn lại sáu anh chị vẫn chần chừ không về, họ muốn cùng tôi vào quán uống một ly nước trước khi chia tay nhưng ruột gan tôi nóng như lửa đốt. Tôi vào siêu thị mua ít lương thực rồi về cùng chị Hoài. Ngôi nhà trong hẻm cụt có vườn rau xanh mướt của chị sẽ che chở cho tôi trong những ngày sắp tới. Tiếng điện thoại reo, tim tôi lại đập nhanh và co thắt. Lạ thật, sao bây giờ tôi cảm thấy sợ tất cả mọi âm thanh. Tiếng Thy nói gấp gáp trong điện thoại.

- Em chuẩn bị lên xe về Sài Gòn với chị đây, khoảng 11 giờ khuya em đến nhà chị Hoài.

- Sao vậy?

- Ở đây đang nháo nhào, giáo viên bỏ về dạy online, anh Minh Tự đã mua vé cho em bay về Huế vì đã có thông báo 0 giờ tối mai sân bay Huế đóng cửa nhưng em bảo anh trả vé để em ở lại với chị.

- Trời đất, em khùng hở?

- Thôi không nói gì nữa, em quyết định rồi, gặp nhau nói tiếp.

Tôi thẫn thờ, nước mắt ứa ra.

Thy đẩy va-li bước vào nhà, mặt mày bơ phờ thật tội nghiệp. Chị Hoài bưng đến đĩa khoai lang nóng.

- Khuya rồi, hai đứa ăn rồi đi ngủ, ngày mai tính tiếp.

Ba chị em nằm bên nhau trên những tấm chăn mỏng, tiếng ếch nhái ồm oạp ngân vang từ vườn rau muống vọng vào phòng nghe thật rõ. Hình như cả ba chị em đều đang lắng nghe tiếng thở của đêm. Tôi cảm thấy bình tâm lạ lùng khi bên cạnh tôi có Tịnh Thy và chị Hoài.

- Thy à, em nghe lời chị sáng mai lấy vé bay về Huế đi.

- Em có nguyên tắc không bỏ bạn lúc khó khăn, ngay cả bé Thỏ, con gái em cũng nói sao mẹ có thể bỏ bạn lại mà về một mình.

- Thỏ chỉ là đứa trẻ, nó làm sao hiểu được nỗi lo toan mà người lớn phải gánh chịu. Em về lo cho Nghé, cho Thỏ, cho ông bà ngoại, còn công việc giảng dạy của em ở trường nữa...

- Kệ em... nếu không có dịch Covid bùng phát thì em cũng dạy 10 ngày nữa mới về kia mà.

- 10 ngày nữa sẽ nhiều thay đổi... không biết điều gì phía trước... Chị rất vui khi em bỏ dạy về với chị, nhưng chị không thể ích kỷ như vậy được. Gia đình cần em. Chị ở lại đây có chị Hoài. Trước sau gì cũng phải cho người Đà Nẵng về nhà của họ chứ.

- Mặc kệ em...

Tôi và chị Hoài nhìn nhau phì cười vì cái tính bướng bỉnh của Thy. Nó quay ra phía cửa sổ ngủ thật ngon. Tôi ngồi dậy lấy điện thoại nhắn tin cho Minh Tự: "Em mua vé cho Thy về Huế sớm đi. Chị rất vui khi vợ chồng em thương chị như ruột thịt nhưng Thy phải về lo cho Nghé, Thỏ và ông bà ngoại.

Chị ở lại có chị Hoài và còn có anh ruột chị ở quận 7. Đừng lo cho chị. Hãy yên tâm.”

Buổi sáng tôi còn lơ mơ trong giấc ngủ đã nghe tiếng Tịnh Thy cười giòn tan trong vườn rau của chị Hoài: “Ôi thích quá, có đủ loại rau, có cả cà tím nữa...”. Tôi bước ra vườn, chị Hoài và Thy đang hái rau chuẩn bị bữa cơm trưa, tiếng chuông điện thoại của Thy vang lên. Anh Đỗ Hồng Ngọc gọi điện hỏi thăm hai đứa có cần anh giúp đỡ gì không, Thy đùa với anh: “Anh lo cho cái thân anh đã xong chưa mà giúp đỡ bọn em”. Tôi phì cười: “Ở gần chùa gọi Phật bằng anh, em cám ơn tấm chân tình của anh ấy, đàng hoàng đi kẻo ổng giận đó.” Thy đưa điện thoại cho tôi, anh Lữ Kiều thăm hỏi và dặn dò hai đứa cẩn thận, có gì khó khăn phải gọi cho anh. Thì ra các anh đang ngồi uống cà phê với nhau và cùng đang lo cho hai đứa tôi. Thật ấm lòng! Vợ chồng anh Lê Ký Thương, anh Nguyên Minh, anh Thuận, anh Lữ Quỳnh, anh Lữ Kiều và lão Phật gia Đỗ Hồng Ngọc là một thế hệ đàn anh tài hoa mà tôi và Tịnh Thy rất ngưỡng mộ. Tình bạn của họ thật đẹp, họ thân thiết với nhau từ thời trai trẻ cho đến tận bây giờ. Điều may mắn và hạnh phúc cho tôi và Tịnh Thy là các anh luôn quan tâm và quí mến.

Có tiếng xe máy chạy vào sân, chị Mỹ Lệ và anh An xuất hiện với nụ cười toe.

- Bọn em đã ẩn nấp mà anh chị cũng đến đây làm chỉ điểm hở?

- Anh chị đến xem hai đứa có cần gì không.

Anh chị lúc nào cũng xuất hiện đúng lúc tôi gặp khó khăn. Có lúc ra tới sân bay rồi mới phát hiện chưa lấy chứng minh thư ở quầy lễ tân. Chị Lệ vẫn bình tĩnh bảo: “Đứng yên đó, 15 phút sau anh chị đem đến cho”. Biết anh chị thương nhưng Tịnh Thy vẫn ngoe nguẩy.

- Không thiếu gì cả, chỉ thiếu chồng thôi.

Chị Lệ phì cười:

- Thiếu cái đó thì chị bó tay.

Linh nghiệm thật, đúng lúc đó Minh Tự gọi: "Em đã mua vé cho Thy bay về Huế chuyến 12 giờ trưa nay và chị cũng sẽ bay về chuyến 16 giờ chiều, xuống sân bay Phú Bài sẽ có em của Thy đón đưa chị đến ranh giới Huế - Đà Nẵng, người nhà của chị sẽ đón chị về nhà. Em đã bàn bạc với gia đình chị rồi. Chị yên tâm. Chỉ có người Đà Nẵng về Huế mới bị chặn lại đưa đi cách ly thôi, còn người ở nơi khác về Đà Nẵng thì dễ dàng hơn."

Chị Hoài vội vàng nấu cơm, chúng tôi quây quần bên mâm cơm rau vườn mà chưa bao giờ thấy ngon đến vậy. Chị Hoài mếu máo: "Hai đứa về được nhà bình yên chị mừng lắm nhưng cũng nhớ lắm... Vậy là kế hoạch cách ly trong nhà chỉ có hai chị em nấu ăn, đọc sách, ngắm mưa... không thành rồi". Tôi ôm vai chị và thấy thương chị lạ lùng.

Buổi chiều tắt nắng, máy bay chao liệng trên biển Lăng Cô như tấm gương tráng thuỷ, một vài chiếc thuyền lênh đênh trên mặt biển nhỏ xíu như những món đồ chơi trẻ thơ. Máy bay hạ cánh xuống sân bay Phú Bài thật êm, mở điện thoại đã thấy tin nhắn tràn ngập "Đến đâu rồi" "Hạ cánh chưa?" Và tiếng Tịnh Thy thật nhẹ: "Chị bình tĩnh, có người quen của em đứng chờ chị bên ngoài, cứ ung dung bước ra như khách VIP nhé."

Sân bay Phú Bài nhỏ và đơn sơ, cách đây một tuần nghe báo đăng có một bò tót từ rừng Bạch Mã đi lạc vào đường bay làm tất cả các chuyến bay phải dừng lại. Sau đó phải nhờ các chuyên gia dùng nhiều phương tiện chuyên nghiệp hỗ trợ như xe đặc chủng, súng bắn thuốc gây mê, lưới... mới khống chế được con bò tót. Không ngờ cũng có lúc chính sân bay hoang dã này lại đưa lối cho tôi về nhà.

Chẳng có ai thèm hỏi tôi ở đâu? Về đâu?

Tôi cứ đĩnh đạc bước lên chiếc ô tô màu trắng, người quen

của Tịnh Thy là một chàng trai có nụ cười thật hiền, đỡ lấy chiếc ba lô trên vai, mở cửa xe cho tôi.

Trời tối thật nhanh, xe dừng lại ở ranh giới Huế - Đà Nẵng, chàng trai nói: "Chị đi bộ khoảng 100 mét sẽ có người nhà chị đón, chị Tịnh Thy dặn em đứng đây chờ khi nào khi nào chị lên xe em mới về."

Tôi đeo ba lô đi trong bóng đêm nhưng hoàn toàn không thấy sợ chút nào, vì tôi biết sau lưng tôi có vợ chồng Tịnh Thy, phía trước tôi có gia đình thân yêu.

Và cuối cùng tôi cũng trở về ngôi nhà và thành phố biển của tôi. Một chuyến đi và trở về đầy cung bậc cảm xúc, có niềm vui và nỗi buồn, có nụ cười và nước mắt, có âu lo trăn trở để tôi biết nhận ra những giá trị bền vững của cuộc đời này mà yêu thương nhiều hơn.

Nhưng giờ đây tôi đang ở trong khoảng không gian tĩnh lặng, sự tĩnh lặng đáng sợ của vực thẳm. Tôi đã có những đêm hoảng sợ không còn đủ bình tĩnh để kiểm soát lòng mình vì nó nóng như lửa đốt, chỉ chờ có đám lá khô là bùng lên. Đó là những đêm dằn vặt, ray rứt, đau đớn không thể chợp mắt. Đó là dấu hiệu của suy sụp, hoang mang, chới với như rơi trong vòng xoáy của biển mà không thể nào thoát ra. Tôi phải uống những viên thuốc ngủ để trốn chạy nỗi lo âu bế tắc như đang sống giữa ranh giới mong manh của sự sống và cái chết. Thành phố đã cách ly toàn xã hội, người dân chỉ ra ngoài trong trường hợp thật sự cần thiết như mua lương thực, thực phẩm, thuốc men, cấp cứu, làm việc tại nhà máy, cơ sở sản xuất, cơ sở kinh doanh dịch vụ, hàng hóa thiết yếu không bị đóng cửa, dừng hoạt động và các trường hợp khẩn cấp khác. Nhìn đoàn xe đưa hàng trăm nhân viên y tế của Bệnh viện Đà Nẵng đi cách ly tôi ứa nước mắt. Họ phải đối đầu trực diện với con virus quái ác thì còn ai lo cho người bệnh và con cái gia đình họ ở nhà sẽ ra sao? Có lẽ chưa bao giờ những câu chuyện về các y bác sĩ nhân viên trong ngành Y lại lay động lòng người đến vậy. Hình ảnh các bác sĩ từ Sài Gòn, Hà Nội, Huế tình nguyện chi viện cho Đà Nẵng thật xúc động. Họ đang đi vào chỗ nguy hiểm nhưng hoàn toàn không thấy một chút ngập ngừng toan tính nào, trong mỗi bước chân thầm lặng đó họ đã giữ lại hơi thở sự sống cho người dân Đà Nẵng.

Chiều 31/7 đã có ca dịch Covid tử vong đầu tiên, đó là người đàn ông 70 tuổi, từng điều trị tại khoa Nội thận - nội tiết Bệnh viện Đà Nẵng. Có 3 người trong gia đình ông từ Hội An ra Đà Nẵng chăm sóc ông cũng đã nhiễm dương tính. Tiếp theo những ngày sau đó số người nhiễm dương tính và tử vong cứ lạnh lùng tăng lên.

Sáng ngày 1/8 thêm 12 người nhiễm bệnh, tất cả đều liên quan tới bệnh viện Đà Nẵng, tổng cộng 94 người nhiễm bệnh, có 2 người đã qua đời. Chiều ngày 2/8 thêm 30 người nhiễm bệnh. Ngày 3/8 có 21 người nhiễm bệnh. Tổng số người bệnh ghi nhận cả nước tăng lên 642. Đến đầu chiều có thêm 6 người tử vong, 9 người đang nguy kịch. Virus Corona ở Đà Nẵng đã có biến đổi về khả năng bám dính vào tế bào, dẫn đến lây lan nhanh hơn. Ngày 4/8 thêm 18 người nhiễm bệnh. Ngày 5/8 thêm 41 người nhiễm bệnh, tổng số 713 bệnh nhân. Ngày 6/8 thêm 30 người nhiễm mới, số ca tử vong là 10, tổng số 717 người nhiễm bệnh. Ngày 7/8 thêm 34 người nhiễm bệnh. Ngày 8/8 thêm 20 người nhiễm bệnh. Ngày 9/8 thêm 29 người nhiễm bệnh, tổng số 841 người. Ngày 10/8 thêm 6 người nhiễm bệnh và 3 người tử vong. Ngày 12/8 thêm 14 người nhiễm bệnh và 17 người tử vong, tổng số 880. Ngày 13/8 thêm 22 người nhiễm bệnh, tổng số 929 người.

Cho đến tận bây giờ tôi vẫn không thể nào hiểu được vì sao đại dịch lại đến với thành phố biển xinh đẹp này, lại đến lúc cả nước đổ về đây để tham quan du lịch, trẻ con vừa nghỉ hè, người lớn cũng bị bó chân tay sau mùa đại dịch kéo dài hơn nửa năm dài đằng đẵng. Mà dịch lại bùng phát từ trong một bệnh viện lớn nhất của thành phố và ngay trong khoa nhiều bệnh nặng nhất. Sao lại khốc liệt và tàn nhẫn đến vậy?!

Trong cơn mưa đêm, dõi mắt ra bên ngoài khung cửa sổ mênh mang tối đen, tiếng mưa xao xác mà lòng tôi lại khô khốc như cánh đồng hạn hán, những giọt mưa thấm đẫm những bờ tường ẩm ướt, chìm khuất cùng bóng tối lạnh lùng, những cơn mưa dầm tháng 8 này sẽ làm cho ngày tháng như kéo dài bất tận. Đà Nẵng tiếp tục cách ly toàn xã hội, lần đầu tiên người Đà Nẵng sẽ phải áp dụng cách đi chợ theo phiếu, vào ngày chẵn và lẻ. Mỗi hộ chỉ được đi chợ 3 ngày 1 lần. Như vậy là trong 2 tuần tới người Đà Nẵng sẽ tiếp tục kham khổ để triệt để tiêu diệt nguồn dịch. Người Đà Nẵng vốn chịu thương chịu khó quen rồi nên gian nan thêm cũng sẽ quen.

Chiều lại trĩu nặng hiu hắt trong mưa, tôi không nghĩ gì ngoài những con số người chết tăng lên từng giờ, từng ngày, đầu óc tôi âm u tiếng khóc câm lặng của người ra đi trong đại dịch, thành phố như một cõi hoang vu tan tác. Đứa trẻ mới 8 tháng phải rời tay mẹ để bà ngoại bồng về từ bệnh viện. Những người dân nghèo sống đắp đổi qua ngày thất nghiệp túng thiếu nợ nần...

Biết đến bao giờ thành phố này sẽ bình yên trở lại?!...

Đường phố, dòng sông, bãi biển, núi rừng...

Và người dân quê tôi phải gánh gồng tai ương cho đến bao giờ?!...

Cơn mưa lạnh từ trong giấc mơ của tôi bao giờ sẽ tạnh?!..

Đà Nẵng, 15/8/2020
Mưa.
Trần Thị Trúc Hạ

PHẠM CAO HOÀNG

Virginia - Hoa Kỳ

BỐN NĂM
SAU NGÀY ANH ĐINH CƯỜNG RA ĐI

bốn năm sau ngày anh Đinh Cường ra đi
Chân Phương cũng ra đi
Trần Doãn Nho dọn về Texas
Nguyễn Trọng Khôi và Mai Phúc cũng sẽ dọn về nơi đó
chỉ còn Nguyễn Ngọc Phong ở lại Boston với Tôn Nữ Phú
chỉ còn Nguyễn Ngọc Yến ở lại New Jersey
                        với Trần Hoài Thư
không còn nữa những chuyến xe xuôi nam với những
cuốn sách, những bức tranh sơn dầu và cây đàn guitar
không còn nữa những đêm ngồi bên nhau hát khúc nhạc
buồn thương nhớ quê hương xa vời vợi

bốn năm sau ngày anh Đinh Cường ra đi
những buổi gặp gỡ ở miền đông thưa thớt dần
tôi trở lại Sài Gòn Quán
Sài Gòn Quán đóng cửa
tôi tạt vào Saxbys Coffee
Saxbys Coffee đóng cửa
tôi tìm đến Le Bledo
Le Bledo đóng cửa
tôi trở lại Tong Thái
Tong Thái đóng cửa
tôi ghé qua Phở Xe Lửa
Phở Xe Lửa của ông Toàn Bò đóng cửa
tôi đến thăm Gallery Lạc Việt
Gallery Lạc Việt cũng đóng cửa
đóng cửa đóng cửa đóng cửa
những nơi anh Đinh Cường và chúng tôi thường lui tới
                       bây giờ đóng cửa hết rồi
còn chăng là nỗi ngậm ngùi và luyến tiếc những ngày
tháng êm đềm giờ chỉ còn trong hoài niệm
bốn năm sau ngày anh Đinh Cường ra đi
miền đông xơ xác trong cơn đại dịch
muốn đến studio Trương Vũ xem những bức tranh mới vẽ
nhưng không thể
muốn nâng ly cùng các anh Nguyễn Mạnh Hùng, Nguyễn
Tường Giang, Phạm Nhuận, Đặng Đình Khiết...
                               nhưng không thể

muốn cụng ly cùng các bạn Nguyễn Minh Nữu, Nguyễn
Quang, Nguyễn Thị Thanh Bình, Trần Anh Chương, Đinh
Trường Chinh... nhưng không thể
các bạn tôi, nhà nào cũng đóng cửa
stay-at-home, stay-at-home, stay-at-home
bốn năm sau ngày anh Đinh Cường ra đi
miền đông bây giờ tiêu điều trong cơn đại dịch
hàng quán im lìm phố xá hoang vu
muốn ghé Starbucks ngồi nhâm nhi một ly cà phê nhưng
không thể
drive-thru only
không còn nghe tiếng nhạc xập xình phát ra từ sân nhà
người hàng xóm Mễ Tây Cơ mỗi chiều thứ bảy
không còn thấy nụ cười hiền hòa của người miền đông vì
những chiếc khẩu trang che mất
chỉ còn những ánh mắt nhìn nhau ngơ ngác
thầm hỏi nhau: miền đông rồi sẽ ra sao?
thầm hỏi nhau: chúng ta rồi sẽ ra sao?

Phạm Cao Hoàng
Virginia, 12 May 2020

ĐÊM HÓA THÀNH CÁNH BƯỚM

Những thần linh giấu mặt
Ẩn mật qua kẽ tay
Đêm hóa thành cánh bướm
Hỏi người, em có hay.

Tranh Nguyễn Minh Nữu.
Acrylic trên vải, 40cm x 60cm

ĐOÀN VĂN KHÁNH

Sài Gòn - Việt Nam

ĐỨNG TRƯỚC GƯƠNG SOI

mặt
Lúc quấy quá như Ma
Lúc hiền hòa như Bụt
Lơ láo cõi người ta
Nửa mặt hư, mặt thực

tai
Trung ngôn hay nghịch nhĩ
Đời tiếng bấc tiếng chì
Gác ngoài tai lời mị
Đường ta, ta cứ đi

mắt

Ngày trừng mắt coi đời
Xốn xang điều càn rỡ
Bắt gặp được tình người
Sáng bừng lên hớn hở

lưỡi

Lột lưỡi như con nhồng
Líu lo tuồng nịnh hót
Lòng có tự hỏi lòng
Biết đắng, cay, chua, xót…

răng

Cơm rau dưa lưng chén
Rượu khê cạn vài ly
Già đời thiếu mỹ vị
Mỏi mòn răng bỏ đi

tóc

Thương sợi tóc đổi màu
Hết đen rồi tới bạc
Tôi ơi! Đừng kinh ngạc
Khi tình lỡ biển dâu

râu

Sáng nào cũng cạo râu
Râu cứ lì lợm mọc
Không xanh một ngọn trầu
Khuya về là… nhớ nhau

TÂM CẢNH

Mắt tròn xoe, sáng ngời lên
Bờ môi bỗng hóa búp sen thắm hồng
Sắc trần chợt tịnh như không
Trăm sông dìu dặt hòa dòng pháp âm

Nghe như… nghĩa nặng tình thâm
Phải chăng tiền kiếp xa xăm đã từng
Chắp tay tôi lạy vô cùng
Thỉnh hồi bát nhã vang lừng Bụt ơi!

Trèo lên ngất ngưởng đỉnh trời
Vươn vai hít trọn một hơi sương đầy
Căng buồm gió kết bè mây
Sắc màu lờ lững bay bay dịu dàng…

Giong hồn cố xứ lang thang
Hái rêu thiên cổ ướp trang thơ tình
Gõ vào thạch thất kiên trinh
Thơ sầu biến hiện tờ kinh nhiệm mầu

Gõ vào tâm cảnh thiên thâu
Cỏ thơm bỗng rụng trắng đầu thiền sư.

GỬI NHỮNG THU XƯA

Đâu cứ quấn quýt vòng tay, gắn chặt bờ môi, nồng nàn
ánh mắt
Đâu cứ phải nhịp máu reo sôi rần rật
Mới là… dan díu nhau?

Tôi lang thang triền kỷ niệm nát nhầu
Những chiếc xích-đu nép dưới vòm lá xanh. Ngái ngủ
Không dành cho ai ngồi lặng lẽ một mình. Ủ rũ
Hà Nội những thu xưa
Hỡi ánh đèn vàng phố cổ đêm mưa
Cuối hành lang mảnh dù hoa khúc khích cười thẹn thùa
Điên đảo bóng tôi nhập nhòa. Bảng lảng

Tôi xin ký gửi tất cả cùng tôi vào một góc khuất sâu tối ám
Trong trái tim em
Xin-ký-gửi-vô-thời-hạn!
Hãy để yên tôi nhói đau
Vì cồn ngực em luôn phập phồng. Gợi cảm
Đêm từng đêm với ai
Nồng nàn. Cháy bỏng.

Và hãy để yên tôi - tĩnh vật
Mảng gam màu chết chìm. Ngột ngạt
Từng hạt bụi lãng quên rơi rụng
Lấp đầy hố thẳm thời gian

Bởi vì tôi còn biết náu nương đâu
Khi biển sẽ là dâu
Khi em hóa thành sương khói
Thành một dấu lặng. Sâu.

Bởi vì tôi còn biết náu nương đâu
Khi biển chỉ là biển
Dâu chỉ là dâu
Và… em- chỉ- là- em- thôi!

Cho tới một lúc nào… trong bữa ăn khuya
Em cảm thấy thiếu ít nhiều gia vị
Tôi rất sẵn sàng hóa thân nêm nếm cho em
Chút mặn mà
Làm thơm ngon đời sống…

CHIỀU XUỐNG HỒ GƯƠM

Rặng liễu võ vàng rũ bóng mặt hồ
Cây gạo trăm năm xù xì khô khốc
Tháp Rùa loang màu thời gian ẩm mốc
Mặt nước lao xao gợn sóng xô bờ

Đánh đu theo gã ngoại kiều cà lơ
Đứa con gái ngực chưa kịp nhú
Lão ăn xin mang vóc hình dã thú
Khách nhàn du ngoảnh mặt làm ngơ

Người đàn bà áo đen đứng ngây ngô
Ánh mắt vô hồn đăm đăm đau đáu
Tiếng cú rúc tìm nơi ẩn náu
Tượng đá công viên ôm đầu thẫn thờ…

DƯỚI CHÂN THÁC ĐỔ

Núi và ta: đứng bằng vai
Dưới chân thác đổ đêm ngày réo sôi

Hái vầng mây bạc lưng trời
Ghi câu tình tứ gửi người dấu yêu

Xưa từng quán đổ đình xiêu
Nay về sóng mắt chắt chiu thơm lành

Thi thoảng… có nhớ đến anh
Xin em chớ giấu trên cành hoa cau

Chỉ e cái kiến con sâu
Chen vào tình sẽ nhạt màu thủy chung.

KHUYA THẮP NẮNG

Đêm mẹ sinh tôi. Mắt thâm quầng. Thời giặc giã mấy ai mơ mòng Đoan Ngọ. Bóng ma Tây lênh khênh xí xô ngoài ngõ. Ré inh trẻ khóc chào đời không át được tiếng quỷ dữ gầm gào. Đời đâu hay! Đời mê mải đố kỵ nhau. Người đâu hay! Người mê mải sát phạt nhau.

Rầm rập gót giầy đinh tuần tra. Cha hóa thân bóng tối. Mẹ ôm con nghẹn cứng điệu ru hời. Đất nước trong vạc dầu sôi. Chưa đầy năm đã thôi nôi vội vàng. Bầu vú mẹ lầm than miệng sữa…

Mặt trời góa bụa. Nắng Sài Gòn nồng nã chói chang. Cây trứng cá bung tán che đầu lũ nhỏ trốn giấc trưa. Vỉa hè râm ran trò chơi đám cưới. Cái hôn đầu thơm mùi kẹo kéo vừa béo vừa giòn. Vụng trộm. Mưa bóng mây òa vỡ trên tay. Con diều giấy xếp cánh thôi bay. Vuông cờ ô ăn quan lỡ dở. Lúm đồng tiền xòe gai xấu hổ. Chấp chới tuổi thơ…

Lúc thôi đợi. Hết chờ.
Tình đến.
Yêu lạc mất tuổi tên.
Trái tim quên thở.

Đêm tiếp đêm nhòa nhạt bóng dù. Từng đốm hỏa châu soi. Con mắt chiến tranh xối máu ngang trời… Quăng sách vở vong thân bụi cát. Đồng phục ngụy trang màu cỏ úa. Mỗi cá thể chỉ danh một con số. Mỗi con số là một ly cà phê thức đếm tiếng mìn rú bom tru. Mỗi ly cà phê lúc trở về có thể trong chiếc hòm rỗng phủ cờ. Truy thăng. Xấp phong bì tử tuất dầy cộm ủy lạo vành khăn trắng. Tiểu đội bồng súng chào nín lặng. Ban kèn đồng xênh xang trỗi khúc Chiêu hồn tử sĩ… Nhưng hồn xiêu. Phách lạc. Xác tan thây. Biết về đâu? Biết náu nương đâu?

Ném thù hận xuống vực sâu
Hai mươi năm hòa lại giọt máu đào
Đoàn viên sao nhìn nhau lạ lẫm
Rượu mừng pha lẫn thương đau.

Ngỡ dành một chút mai sau… Bước hành hương đến miền cao mịt mờ. Dìu dắt lũ em thơ còi cọc tháo mồ hôi đào củ mài xúc tép bắt còng quên giờ đi học chân lấm tay bùn manh áo sờn vai…

Sáng trồng người. Chiều vỡ đất vun từng dây khoai. Đêm phấn chấn chong ngọn đèn dầu miệt mài cày trang giáo án.

Ngày lần lữa qua ngày… khi mọi thứ cân đong chi li qua máy tính. Kể cả tin yêu. Hạnh phúc. Lương tâm. Phẩm tiết… Nhập nhằng thực tại với chiêm bao. Cháu con bán đất đai mồ mả tổ tông buôn danh lợi hão. Phù thủy rao truyền ma đạo. Ta lạ mặt ta từ lúc nào. Ta đớ lưỡi ú ớ khi nhắc hai tiếng "đồng bào".
Ngượng miệng!

Chiều xanh xao. Chiều chăn nhầu nát. Cắn rách môi nuốt nửa vời nỗi đau. Ứa nước mắt xót nụ hôn đầu. Bảy ngàn đêm chao chát. Quay lưng còn hơn muối xát. Ký gửi trái tình xưa. Mưa. Gió.
Bão bùng.

Tàu rúc còi. Sao mãi tịnh yên. Con mắt có đuôi hằn dấu chân chim đăm đắm nhìn sâu tiền kiếp. Suốt cuộc hành trình ba sinh lỗi nhịp. Chỉ còn lại con mắt có đuôi. Con mắt trữ tình. Da diết.

Nửa chừng cơn đồng thiếp. Hồn khê. Trên nẻo đường giấy tiền thoáng bước chân ai vật vờ phiêu lãng khuya khoắt khói hương.

Giữa trời mưa sương bừng nở đóa vô thường. Thành kinh thơ. Thắp nắng bừng cõi huyễn.

HẠT LỆ TUỔI GIÀ – MÙA COVID

Một ngày cuối năm 2019, các ca nghi nhiễm Sars-CoV-2 đầu tiên ở Vũ Hán (Trung Quốc) được công bố và chỉ chưa tới 10 ngày sau đã có trường hợp tử vong. Tiếp theo là hai phụ nữ ở Thái Lan và một nam giới ở Nhật Bản cũng bị phát hiện. Sự lây nhiễm từ người sang người được xác nhận với tỷ lệ bùng phát dịch tăng nhanh vào giữa tháng 1 năm 2020. Mãi tới ngày 23 tháng 1 năm 2020, Trung Quốc mới quyết định phong tỏa Vũ Hán nhưng đã quá muộn. Cùng trong ngày này, ở Việt Nam tại bệnh viện Chợ Rẫy có hai cha con người Vũ Hán bị nhiễm Covid. Dịch âm thầm lây lan hầu như toàn thế giới. Vào ngày 20 tháng 3, từ bên trời Âu, Italia chính thức vượt Trung Quốc về số người nhiễm bệnh tử vong và đến ngày 11 tháng 4 thì con số bệnh nhân tử vong tại Hoa Kỳ lại vượt mặt Italia.

Tính đến 18 giờ 00 ngày 31/8/2020, thế giới ghi nhận 25.406.588 trường hợp mắc, 850.878 người tử vong Covid-19 tại 215 quốc gia, vùng lãnh thổ; hiện nay, tổng số bệnh nhân Covid-19 hồi phục là 17.716.766 và còn 6.838.944 bệnh nhân đang điều trị, trong đó 61.328 trường hợp bệnh nặng hoặc nguy kịch.

Đất nước chúng ta dân số non trăm triệu, ở làn sóng ban đầu, chỉ phát hiện có 178 người nhiễm được điều trị nhưng không có người chết (số tử vong là do hậu quả các bệnh lý nền khác). Làn sóng lây nhiễm Covid-19 lần thứ 2 ở Việt Nam bây giờ có thể nghiêm trọng hơn lần thứ 1 rất nhiều. Khi tôi đang ngồi gõ bàn phím (tính đến 18h ngày 08-09-2020), theo thông báo chính thức, Việt Nam ghi nhận 656 trường hợp mắc Covid-19 trong đó có 33 tử vong.

Bạn hữu tôi bước vào năm ôn dịch 2020 này sao quá nhiều vị rủ nhau lên xe về miền quá khứ: đầu tiên là nhà thơ Lê Phương Nguyên mất ngày 7 tháng 2 hưởng thọ 78 tuổi tại điền trang Lộc Xuân, Đồng Nai; lần lượt đến nữ sĩ Hoàng Hương Trang mất ngày 15 tháng 4 hưởng thọ 84 tuổi tại Long Xuyên; kỳ nhân Sao Trên Rừng Nguyễn Đức Sơn mất ngày 11 tháng 6 hưởng thọ 84 tuổi tại Đồi thông Phương Bối; nhà thơ Nguyễn Dương Quang mất ngày 29 tháng 4 hưởng thọ 77 tuổi tại Đà Lạt; nhà văn nhạc sĩ Vũ Đức Sao Biển mất ngày 06 tháng 5 hưởng thọ 74 tuổi tại Quận 12 Sài Gòn; nhà văn Mang Viên Long mất ngày 22 tháng 7 hưởng thọ 77 tuổi tại Bình Định; nhiếp ảnh gia Thiệu Văn Sinh mất ngày 29 tháng 7 hưởng thọ 72 tuổi tại Hóc Môn, Sài Gòn; nhà sưu tập tranh Nguyễn Chí Sơn mất ngày 11 tháng 8 hưởng thọ 64 tuổi tại Sài Gòn đưa về Phan Rang an táng và gần đây nhất là nhà thơ Chu Ngạn Thư mất ngày 24 tháng 8 hưởng thọ 71 tuổi tại Bình Dương.

May mắn một điều là không vị nào dính mắc dịch Covid nên việc chung sự, phúng viếng và tiễn đưa dù có phần nào giới hạn nhưng vẫn tươm tất, đủ lễ nghi cần thiết chứ không phải đìu hiu quạnh quẽ như hình ảnh ghi lại trên các trang mạng từ lúc chính thức được thay tên bằng con số bệnh nhân nhiễm cho đến khi trút hơi thở cuối cùng, bị cách ly tuyệt đối với thân nhân kể cả lúc đưa vào phòng hỏa thiêu.

Hôm đưa đám một người bạn, dọc đường về tôi vẫn thấy loa phóng thanh và nhiều biểu ngữ treo ở các ngã tư đường cảnh báo: những người yếu thế (tuổi từ 60 trở lên, có bệnh nền tim mạch hay huyết áp, tiểu đường) hãy ở yên trong nhà để tránh lây nhiễm Covid. Phố xá lại vắng ngắt. Rờn rợn. Trong thành phố có rải rác một số điểm dân cư bị khoanh vùng, dựng hàng rào cách ly. Chính quyền yêu cầu tạm dừng tổ chức các sự kiện có tập trung đông người như lễ hội, hội chợ, hội nghị xúc tiến đầu tư, các hội nghị, hội thảo chưa cấp thiết khác... Khuyến cáo việc hạn chế tập trung đông người tại tiệc cưới, tang lễ... Không tập trung quá 30 người tại nơi công cộng (ngoài trường học, bệnh viện...).

Cũng ngay hôm ấy, sau lời phân ưu, tôi có nói với quả phụ là trong lòng bạn hữu chúng tôi ngoài nỗi buồn vĩnh ly, thực tình là mừng cho người quá vãng và gia quyến đã hết cơn khổ ải sau hai năm dài người bệnh nằm liệt giường, chỉ còn da bọc xương. Chị buồn buồn kể lại phút lâm chung của chồng. Anh ấy thều thào nói gì như trối trăng. Chị phải cúi sát mặt, cố lắng nghe. Anh lấy hết tàn hơi, ngẩng đầu lên hôn môi vợ lần cuối cùng rồi thở hắt ra, nhẹ nhàng khép mắt, miệng thoáng nở nụ cười héo hắt. Chúng tôi cười theo và chảy nước mắt cùng chị.

Tôi lại nhớ thêm một người bạn đã khuất xa. Cuộc sống khá giả nên có điều kiện hay giúp đỡ anh em những lúc khó khăn. Những bữa tiệc bù khú đặc biệt khoái nhất là món giả cầy do đích thân anh vào bếp. Vợ chồng anh qua Texas (Mỹ) thăm gia đình người con lớn, giao nhà cho thằng thứ nam trông coi. Nó mê cá độ bóng đá nướng hết xe cộ và cầm cố luôn căn nhà cho xã hội đen. Nhận điện báo, anh lên cơn đột quỵ phải đưa cấp cứu. Sau hội chẩn, bác sĩ cho hay nếu cứu, sẽ sống thực vật suốt đời và có ý tế nhị khuyên gia đình nên "giải thoát" cho anh. Đạo lý Á Đông "còn nước còn tát" thắng! Xuất viện, anh về nước trên chiếc xe lăn sống ngây ngô như trẻ thơ, vừa ăn xong đã khóc gào than đói được hơn một năm thì mất lúc nào không ai hay trong sự mệt mỏi, chán chường và ghẻ lạnh của chính những người ngỡ là… thân yêu nhất.

Người đầu ấp tay gối với tôi bốn mươi năm chia sẻ cùng nhau biết bao thăng trầm vinh nhục cay đắng lẫn ngọt bùi, trong những lần vợ chồng tỉ tê chuyện phiếm, đồng lòng trong gia quy sẽ giản lược, loại bỏ những nghi thức mê tín, ảo não lai căng như khăn sô áo thụng, trống kèn inh ỏi tốt khốc, đốt rải hàng mã giấy tiền ô nhiễm… nhưng đến khi nàng sạch nghiệp dương trần, về cõi ngàn thu trước chồng, dù là tang chủ, tôi vẫn phải chấp theo một phần lề thói thế gian vì các con ngại tiếng đời dị nghị!

Tôi có một cô em văn nghệ góa bụa khi còn khá trẻ đã chi khoản tiền không nhỏ sắm sửa đủ loại hàng mã xe hơi, nhà lầu, ti-vi, tủ lạnh, điện thoại đời mới, đô la, vàng thỏi gửi xuống cõi âm cho chồng. Trong buổi lễ cầu siêu và hóa vàng, giữa lúc tang gia đang quỳ nghe sư thầy ê a tụng niệm, chợt cô quên buồn, nhớ ra. Cô đứng phắt lên mượn cây bút lông, hối hả chấm phá vào dung nhan các hình nhân tỳ nữ theo hầu cho xấu đi vì "tánh ảnh… dê lắm!"

Thử nhìn lại mình và những thân hữu quanh đây. Hầu hết đã rơi vào lớp bảy, tám bó cả. Những thời đã qua. Những đương thời và mai hậu. Đời sống rất đáng yêu, đáng quý. Ta trân trọng và hân hoan tiếp nhận nó biết là dường nào. Nhưng đến một lúc khi sức đã cùng, lực đã kiệt, thời đã hết… tôi nghĩ không nên đày đọa thêm thân xác nữa. Tội nó. Đừng lạm dụng những dây nhợ máy thở, những xung điện kích hoạt trái tim khô cằn, già cỗi… Hãy giúp nó nghỉ ngơi đúng lúc. An nhiên quay về thuận lẽ vô thường.

Và, không có sự lựa chọn nào tốt hơn, đẹp hơn là hỏa táng. Sau đó tùy duyên, tro cốt sẽ đưa ra sông lớn hay suối nguồn rải xuống, trả về với mênh mông hư không bởi trái đất này đâu còn thênh thang nữa mà xây lăng lập mộ, giành đất của sinh linh…

Ở MỘT NƠI KHÔNG CÒN CÁCH BIỆT

(Thương tiếc gửi về hương linh bạn Võ Thành Công & em Linh Ký Nam.)

Sau loạt AK giòn giã truy đuổi, động cơ xe rú gào như tiếng gầm của con quái thú trúng thương, chiếc Jeep chồm lên tròng trành, chao đảo rồi khựng lại. Mọi người bổ nhào xuống lòng đường dáo dác. Bên trái là dòng suối đá nước trong xanh đang sục sôi cuồn cuộn những bụm sóng cao tung tóe. Phút sinh tử nên hỗn quan hỗn quân, điều lệnh mất hiệu lực. Mạnh ai nấy nhảy vội xuống nước, cố vượt suối. Sanh cũng thế và bất chợt quay đầu ngoái nhìn lại phía sau. Công, người nhiếp ảnh kiêm phóng viên chiến trường đang tựa lưng vào ghềnh đá, thở dốc. Mảnh đạn hú họa ghim trúng lưng và chân trái, máu loang tươm đẫm quần áo. Sanh không đành lòng, trở ngược dìu bạn, cả hai lê từng bước khập khiễng. Súng vẫn nổ rát tai có cả tiếng cối 60 ly xen lẫn. Những dáng người lom khom, lô nhô thấp thoáng sau những rặng cây rừng băng băng ùa tới. "Không xong rồi". Công thều thào nói "bỏ tao lại, mày chạy nhanh đi" và giật hai trái lựu đạn M26 nơi thắt lưng bạn, rút chốt cầm tay, nằm nghiêng người che chắn. Chiếc máy ảnh tác nghiệp vẫn đeo trên cổ, Công chuyển qua ngang lưng, cười héo hắt, đưa tay xua bạn tìm đường sống. Tiếng hô xung phong mỗi lúc một gần hơn. Gần hơn. Gần hơn nữa và tiếp theo là hai tiếng lựu đạn nổ chát chúa, những tiếng hét la rên rỉ rồi cuối cùng tất cả đều lặng yên. Sự yên lặng của thần chết! Bặn bặt.

Lượng sức không thể lội ngang dòng suối dữ, Sanh lết bết theo con đường mòn lấp xấp cỏ gai nằm vẹt hai bên đá sỏi ngược nguồn; vừa nghe cóng chân, kiệt sức là dẫn tới đầu làng, anh đổ gập người xuống không còn biết gì nữa…

Chiếc điếu bát rít lên một hơi dài sòng sọc nghe ríu ran như tiếng chim hót sớm mai cùng với làn khói thuốc lào đậm đặc lan tỏa đánh thức Sanh. Bộ quân phục sũng nước, đẫm mồ hôi, ngập ngụa mùi thuốc súng đã được thay bằng chiếc quần dây rút ống rộng, áo cộc tay xẻ ngực, cổ tròn đen tuyền. Người đàn ông đứng tuổi đầu chít chiếc khăn vải màu tím than, ngoài khoác đôi áo chùng xám dài quá gối đang ngồi bắt mạch cho Sanh. Ông gật gù: "Ổn rồi. Đói nên lả người. Húp xong bát cháo ngô là tỉnh. Khỏe ngay thôi mà".

Đúng vậy. Mờ sáng anh nhổm dậy cùng vài người trai bản vác cuốc ra trận địa, đào huyệt chôn cất các tử thi không phân biệt bên này hay bên nọ. Công cũng được chia phần ba nén nhang, nhúm gạo sống dành ăn đường tới bờ Nại Hà (theo phong tục dân gian), một vuông chiếu, một nấm mồ đất không bia mộ như những người lính bên kia chiến tuyến. Khác chăng là Sanh đặt vào miệng Công tấm thẻ bài quân nhân, sợi dây và tấm thẻ bài còn lại Công cất vào cái bóp đựng giấy tờ tùy thân là di vật cuối cùng để có dịp mang về trả lại cho gia đình tử sĩ thờ phụng.

Sanh chắp tay thi lễ hai vái với người đàn ông đứng tuổi xin từ biệt. Vị trưởng bản ôn tồn nói "Hoàng thiên hậu thổ đã gắn kết cậu cũng như mấy người lính bạc mệnh kia với vùng đất này. Đợi ta sắm cho mâm lễ tạ thần linh, sớm mai hãy lên đường. Rồi thì cậu cũng sẽ quay trở lại đây theo số phận đã an bài. Hãy cẩn trọng đường đi nước bước!". Sanh chỉ biết cúi đầu tuân theo.

Sau mấy ngày di tản chỉ đỡ dạ vài miếng cơm vắt, đêm ấy, Sanh được một bữa no say túy lúy với thịt rừng, cơm lam và vò rượu thơm lừng những kỳ hoa dị thảo miền sơn cước đầy ăm ắp. Trong cơn chếnh choáng, anh thấy vị Trưởng bản đi lại đứng trước bàn thờ nghi ngút khói, chỉ tay vào chính giữa, nơi có một vật thể hình dạng như cái thố đất nung, miệng thố có phủ tấm vải điều, cao giọng: "Nam này giờ là người nhà ta đấy. Không phải kẻ lạ đâu. Đừng quấy rầy nghe chửa!". Sanh lấy làm lạ vì bàn nhậu chỉ có hai người, còn trong chái bếp thấp thoáng dáng cô con gái Trưởng bản đang lúi húi dọn dẹp. Có còn ai khác nữa đâu?

Sức trẻ trai của gã chiến binh cứ tưởng rằng tửu lượng vô địch, dễ dàng hạ gục ông già miền núi nào ngờ khi nâng chén rượu cuối cùng lên miệng thì anh đã hoa cả mắt, như có trăm hạt đom đóm chập chờn bay liệng vần vũ. Sanh buông chén cố hết sức loạng choạng đi về phía cái giường tre trong góc phòng theo hướng chỉ tay của vị Trưởng bản. Ông già cười ha hả bước ra sân vườn, thả bộ cùng gió núi và sương lạnh.

Mùi hoa bưởi thoang thoảng dặt dìu. Và còn dậy lên một mùi hương nữa, rất lạ. Len lén nhẹ nhàng mà nồng nàn. Quyến rũ. Hương nhan sắc! Sanh tỉnh hẳn cơn say, mở bừng mắt dậy. Mái tóc mây trôi lòa xòa rũ xuống tình cờ ve vuốt mắt môi anh. Cô con gái Trưởng bản đứng cạnh giường, đang nhoài người để se sẽ buông mùng cho khách nghỉ. Bản năng được thêm chất men hỗ trợ khiến Sanh bạo dạn nắm lấy búp măng tơ thon thả ấp lên mặt mình hít hà rồi bất chợt vòng tay ôm choàng tấm thân đương độ xuân thì hây hẩy căng tràn nhựa sống cũng mới vừa rạo rực, kéo ngả vào lòng nhau. Siết chặt. Ngọn lửa ái tình bùng lên cháy bỏng…

Những ngày ở thành phố chỉ biết cơm hàng cháo chợ. Đơn vị đã tan tác. Gia đình chỉ còn mỗi người chị là thân thích nghe lối xóm kể hình như đã theo chồng xuống tàu ra khơi. Lần theo địa chỉ, Sanh nhảy xe đò đi Nha Trang, đến tận nhà Võ Thành Công - người bạn xấu số trao lại kỷ vật. Hình ảnh cha mẹ già Công giấu hàng xóm nỗi buồn đau tử biệt, tức tưởi, gắng gượng nuốt nước mắt vào lòng, gia cảnh đơn chiếc mai này biết dựa vào ai chén cơm viên thuốc mà Sanh chứng kiến cũng muốn đứt từng khúc ruột. Dành lại ít tiền xe, vẫn còn gần tháng lương chuẩn úy mới lĩnh chưa kịp tiêu pha là di tản, Sanh trao hết cho ông bà, quay ngược về Sài Gòn viết giấy tay bán tống bán tháo căn nhà hương hỏa trong con hẻm nhỏ ở Bàn Cờ, lận lưng mấy cây vàng quay trở lại miền sơn cước nơi có em gái núi đợi chờ.

Vị trưởng bản gật gù: "Ma xó báo với ta hết rồi. Cậu không cần kể lể. Là duyên đấy. Duyên cậu với ta, với con gái ta, với cả những oan hồn chiến tranh bên bờ suối ngoài kia. Giờ hãy nghỉ ngơi. Ta sẽ sắm lễ kính cáo thần linh, kết tơ hồng trọn đời cho các con". Sanh bàn với Trưởng bản - nay là nhạc phụ về ý muốn mồ yên mả đẹp cho các tử / liệt sĩ. Ông có khả năng hiệp thông với thế giới huyền bí nên sau đó cho biết họ rất vui lòng. Sanh xuất tiền nhờ trai làng ra phố chợ mua gạch cát, xi măng, quan tài… làm lễ cải táng cho Công và năm người bộ đội. Tên tuổi, quân hàm, đơn vị và quê quán mỗi người đã xác lập qua giấy tờ tùy thân, được khắc sâu vào bia mộ đá. Tư trang của họ được Sanh lưu giữ cẩn thận đợi sau này sẽ chuyển giao. Lo tươm tất cho người chết xong mới đến lượt kẻ sống. Sanh dựng một nếp nhà đơn sơ cho vợ chồng mình cận kề với sáu ngôi mộ coi như là… láng giềng.

***

Vòng đời cứ thế quay đều, quay đều theo từng chuỗi tích-tắc-tích-tắc gõ nhịp của tiếng thời gian. Thắm thoát mà đã hơn hai mươi năm trôi qua. Chuẩn úy Cao Văn Sanh hào hoa, sôi nổi thuở nào nay đã là một lão nông tri điền người dân tộc, kế thừa chức trưởng bản và những bí thuật giao tiếp với người cõi âm của bố vợ. Như lệ thường, vào những tối không trăng, bầu trời chỉ thoáng dăm vì sao le lói, trưởng bản Sanh lại xách bầu rượu quý ra chiếc bàn đá thiên nhiên dựng sẵn bên bờ suối. Bảy cái chén sành được rót đầy rượu cùng nhâm nhi với bạn tri kỷ… quá vãng. Nhiều cơn gió lạnh buốt từ ba bề bốn bên òa chụp xuống không gian lặng lờ hư huyễn. Sáu vong linh vui vẻ kề vai bước tới. Mỗi số phần một biệt nghiệp nhưng họ đã cộng tử nghiệp bởi chiến tranh nên trong lúc chờ đầu thai kiếp mới, họ quây quần cùng nhau an nhiên. Những hận thù phi nhân, những giáo điều ngoại lai vong bản đã tan tác sau hai tiếng nổ kinh hoàng năm xưa. Lẽ vô thường đã rõ. Một hồn kể cho Sanh biết là cái thư trình báo của Sanh với chính quyền lên bờ xuống ruộng tận đâu đâu mãi giờ này mới được giải quyết. Nội ngày mai, Đội Tìm Kiếm Quy Tập Mộ Liệt Sĩ của binh đoàn sẽ đến đây để rước các anh về lại bản quán. Một hồn bảo: "Chúng nó làm gì mà lâu thế nhỉ?". Hồn khác nói: "Do sai số hòm thư. Đúng là… lỗi tại thằng đánh máy Quân Bưu. Hà. Hà". Bảy chén rượu đầy hào hứng nốc cạn. Trưởng bản Sanh lại hể hả rót đầy chén cạn uống cạn chén đầy cùng đám bạn vong thân mừng buổi tiệc ly.

Bà Sanh soi đèn pin lần dò từng bước đến chiếc bàn đá, nép sau lưng chồng. Ông cạn chén với hồn Công: "Mai họ về với quê nhà, ông đừng buồn nhé. Ta vẫn còn có nhau mà, đúng không bạn hiền?". Mấy hồn kia nhao nhao: "Về là về cái xác thân phàm tục rữa nát thôi chứ linh hồn bọn mình đi mây cõi gió thoắt ẩn thoắt hiện thì có hữu hình nào ngăn được. Những tối không trăng như thế này ta vẫn hiệp quần chứ!". Tất cả lại dzô... dzô... liên tục.

Bà Sanh nào có nghe thấy gì từ đám đông âm hồn kia ngoài ông chồng vẫn huơ tay múa chân ra chiều tâm đắc lắm. Ông say khướt rồi. Bà chạnh nhớ lại cái đêm xa xưa huyền hoặc, khi ấy ông cũng khướt say nên cả hai lần đầu tiên bạo dạn làm chuyện vợ chồng. Đôi gò má chợt đỏ hồng lên như thời đôi tám và ánh mắt vẫn còn ướt rượt, long lanh…

Sài Gòn, 20-10-2020
Đoàn Văn Khánh

THÁI KIM LAN

Huế - Việt Nam

SUY NGHĨ BUỔI CHIỀU

Corona đang hủy diệt sự sống con người một cách khủng khiếp, vô tiền khoáng hậu, chưa từng có. Con virus của cơn dịch này có một đặc điểm khác với những mầm dịch bệnh khác, nó truyền nhiễm âm thầm, đột kích, với nó mỗi người chính là mầm bệnh của người khác, nó vô hình vô tướng, vô thanh, cực kỳ vi diệu, bất ngờ như một quả bom trong lồng ngực châm ngòi sẵn cho người bên cạnh, mà mỗi đụng chạm lập tức đồng nghĩa với tử thần hiện diện, đúng như cách nói địa ngục là tha nhân, hay cụ thể hơn nữa, mỗi người là mầm chết của người khác, ta là địa ngục của người khác và đồng thời người khác cũng là địa ngục của ta.

Nó là một cơn dịch chạm điểm giới hạn của hiện sinh, mà muốn chống nó con người buộc phải thay đổi triệt để nếp sống thường nhật, trước mắt là cách ly với người khác như điều kiện sống còn. Hóa ra từ trước đến giờ con người sống lây la qua lại chằng chịt với nhau như thiên la địa võng, bây giờ phải cách ly triệt để, không được đụng chạm, không được đến gần nhau, bỏ thói quen tập thể, hội hè cưới hỏi, một vấn đề không phải đơn giản…

Đại dịch đang du con người vào thế bị động tuyệt đối, con người buộc phải ngồi yên, tuân thủ giãn cách xã hội nếu muốn cứu mình và người khác, với châm ngôn chặn dịch.

Hầu như nó đòi hỏi một thứ như cách mạng bản thân, phải bỏ hết mọi sợi dây quây quần thân ái.

Chính trong những giờ phút bó buộc ở một mình, cần thiết để chận đứng sự lan lây của dịch bệnh này, hình ảnh Đức Phật hiện ra sáng lòa trong tâm khảm, trước đây cả mấy nghìn năm, trong đêm ấy, một người một ngựa từ bỏ đời sống huy hoàng đã có từ lúc sinh ra cho đến năm 20 tuổi, tự nguyện cách ly với thế gian, để tìm con đường giải thoát thế gian đang bị bốn núi sinh lão bệnh tử bủa vây.

Có một sự cách ly cần thiết như điều kiện tiên quyết để cứu khổ với thế ngồi thật yên, giữ thân và tâm thật sạch, thật lành, như một phương thức trị liệu tiên quyết bảo vệ sự sống cho con người. Thế kỷ 21, nhân loại bị buộc cách ly, hầu như thúc thủ trước Corona, trước khi tìm được câu trả lời. Nhưng trước đó 2564 năm có MỘT NGƯỜI đã trả lời Corona trong thế chủ động, tự chủ: nếu sống thân tâm thật lành, thật sạch, thật sức khỏe thì dịch nào tới được? Đó là một câu trả lời khoa học, mà chính các nhà khoa học hiện nay, khối trí tuệ của nhân loại, đang xem đó là châm ngôn để ngăn dịch.

Trong cơn sợ hãi một mình trước nạn đại dịch, như thấy Đức Phật ngồi đó, vững chãi, an lành, đang mỉm cười từ bi với cả thế gian.…

Suy nghĩ buổi chiều 28/3/2020:

Chắc chắn Corona là cơn địa chấn triệt để nhất của nhân loại. Nó đang tàn phá và hủy diệt loài người. Nó cũng là QUẢ mà con người nhận lấy từ NHÂN do con người gây ra, chất chứa đầy tham vọng và dục vọng quyền lực. Nhìn quả độc hại chừng nào thì biết được cái Nhân gieo quả ấy ghê gớm biết bao. Với cường độ tác hại và độc hại đồng nghĩa với cái chết, Corona đang là nỗi kinh hoàng phổ quát cho con người. Sự kinh hoàng này làm giật mình mỗi một con người không trừ một ai, giật mình cho chính bản thân khi biết rằng chính mình, chứ không phải ai khác, đã đang và có thể nuôi con virus ấy, mầm tử bịnh cho mình và người bên cạnh, mà không hay biết cho đến khi nó phát tán và bùng nổ bất ngờ. Corona gây chấn động, sợ hãi. Nhưng từ nỗi sợ hãi ấy, Corona được đặt lên bàn thí nghiệm khoa học, trí tuệ loài người nỗ lực tìm phương cách diệt dịch. Và vì phải tự cứu, nhân loại phải xét nghiệm lại tất cả những điều kiện cứu chữa, trong đó bao gồm điều kiện hiện sinh của con người như hiện nay con người đang sống.

Với suy nghĩ ấy Corona là một cú sốc cực mạnh đánh thức con người, buộc con người nhìn lại, sửa đổi, chỉnh đốn cách sống để vượt qua cơn hiểm nguy tử vong.

Và câu hỏi trước tiên khi ngồi một mình là TA LÀ AI... (mà yêu quá đời này... TCS). Nhắm mắt lại ta sẽ thấy cái TA của mình và cái TA của người khác đang nhảy múa quay cuồng những vũ điệu ham muốn, cám dỗ, tham vọng, ganh đua, si mê... như không muốn dừng. Corona làm điệu nhạc tắt ngấm và con người lảo đảo như còn say, không muốn tỉnh. Nhưng buộc phải tỉnh, nếu không sẽ chết.

Vậy TA là AI? Tỉnh đi và nhận thấy từ cơn dịch: TA phải khác đi với TA bây giờ? Có thể khác không? Bấy lâu cứ khư khư vào cái TA bản ngã, cái TA bạc vàng, cái TA thế lực, cái TA sắc đẹp... Bỏ thế nào được đây? Con người có trăm phương ngàn kế để giữ chặt không buông.

Bất ngờ trong những phút bị buộc phải cách ly đi chậm trong vườn, thấy được chữ VÔ NGÃ của Phật trả lời cho câu hỏi trên: TA chính là Vô ngã trong nghĩa trong Ta luôn biến đổi, bao hàm hy vọng khả thể chuyển nghiệp, biến dữ thành lành, chính VÔ NGÃ bao hàm khả thể thành Phật của con người. Nhưng Phật không bỏ ta lơ lửng với vô ngã, mà rất khoa học, Phật đưa ra phương pháp để ta thử nghiệm những bước đường tránh dữ làm lành, những bước đường thay đổi để bảo vệ sự sống, thân tâm thường lạc.

Con đường Bát chánh đạo ấy, đã bị nhẵn mòn trong giáo lý, bỗng hiện ra sống động và khoa học hơn bao giờ. Với tư cách là vị bác sĩ chữa bệnh cho con người, như Phật thường tự nhận, phương pháp trị liệu ấy trước tiên nằm trong chữ "CHÁNH", có nghĩa không thiên lệch và bao gồm toàn diện những điều kiện khách quan và chủ quan, không khai trừ, cũng như khi tìm vaccin ngừa bệnh, phải xét nghiệm tất cả khả năng trị liệu và tiên liệu tác dụng phụ. Nếu chúng ta thực hành theo đề nghị này, mà có một nước đang là tiêu biểu- Bhutan đang thực hành - thì hạnh phúc thực sự có thể có mà không sợ nhiễm dịch.

Corona buộc TA thay đổi. 2564 năm trước đã có NGƯỜI trả lời và đề nghị TA thay đổi: Đức Phật Cồ Đàm.

Suy nghĩ sớm mai 30/3/2020

Corona vẫn đang khống chế thế giới với gọng kềm siết chặt... Cả thế giới hầu như thúc thủ trước con virus vô hình này

Nó ghê gớm thật. Nó bắt tất cả ngồi yên và cả thế giới ngồi yên, ngay cả những kẻ cứng đầu nhất cũng cúi đầu. Và dưới vũ lực ma quái của nó, con người buộc phải ngoan ngoãn tuân theo những quy luật mới. Nó bắt mình rửa tay và cả thế giới đi rửa tay, nó bắt đeo khẩu trang và mọi người đổ xô đi mua khẩu trang, nó bắt mình ngồi yên và ai cũng răm rắp ngồi yên, bắt vô quarantaine là tự nguyện chui vô quarantaine. Bắt cách ly thì phải cách ly… Cảnh giới toàn cầu vì nó mà biến thành một bệnh viện vĩ đại, và luật lệ duy nhất ban hành có giá trị tuyệt đối là luật bảo vệ sức khỏe chống lại dịch bệnh.

Ngôn ngữ mà các chính trị gia đang dùng là nguyên tắc vệ sinh thường ngày, cách ăn, cách ở, cách đừng phun nước bọt, cách thở, cách hắt xì, cách ho...Những điều thường thức ta làm mà không ý thức hay làm cẩu thả thì nay phải nhất nhất làm đúng. Các nhà kinh tế thì giọng điệu khá hốt hoảng, vì Corona đang giản lược cái chợ vĩ đại toàn cầu thành những khu chợ xép, mua mua bán bán giấy vệ sinh, gạo, mì… và nhất là khẩu trang.

Corona giản lược hiện sinh con người vào cái tối thiểu nhất: sống còn với HƠI THỞ và MỘT MÌNH.

Con người hầu như bị du vào trong THẾ BỊ ĐỘNG hầu như tuyệt đối… Nhìn quanh và nhìn chính mình, thì quả nhiên trong hoàn cảnh chưa có thuốc trị virus, ta chỉ còn có hơi thở của mình và phải bảo vệ nó tối đa. Trước những tin khắp nơi trên thế giới người lây nhiễm vì không thở được và các bệnh viện không còn đủ máy trợ thở đều tử vong, con số người chết vì không thở được càng ngày càng tăng khủng khiếp. Lại càng thấy hơi thở quý biết dường nào.

Lại càng nhớ Phật đã ngồi thiền định dưới gốc Bồ đề và đạt giác ngộ. Và có lẽ giác ngộ quan trọng nhất là thấy được sinh lực của con người, chính con người cứu con người. Hãy tự thắp đuốc soi sáng con đường mình đi và cứu người.

2564 năm sau trước cơn đại dịch, Thủ tướng Đức A. Merkel khi ban bố những biện pháp cần tuân thủ để ngăn ngừa sự lây nhiễm cho dân chúng Đức, nhấn mạnh:

"Mỗi người là một cứu tinh mạng sống" (mỗi người, theo đúng những quy tắc đề ra, có thể là cứu tinh mạng sống của mình và người khác…) Bị trói nhưng con người có thể tự cởi trói. Ý chí và trí tuệ có thể hóa giải gọng kềm tử thần. Với điều kiện mình giữ mình.

Chỉ có con người cứu con người. Và đi trước mọi thời đại, hệ thống tư tưởng của Phật là hệ thống bảo vệ sức khỏe cho thân tâm mỗi người. Hệ thống ấy trên cơ bản dựa vào tiêu chuẩn LÀNH (kussala) và KHÔNG LÀNH (akusala), có nghĩa chính điều kiện sức khỏe của mỗi người là thiết yếu trước tiên.

Với Corona, cả thế giới bàng hoàng hoảng hốt vì đã khinh suất việc bảo vệ sức khỏe của con người, đã bỏ lơi chính hiện sinh lành mạnh của con người. Corona buộc con người nhìn lại chính sự khốn đốn của mình. Corona hình như đã làm sáng hơn lời dạy của Phật!

Suy nghĩ buổi sáng 4/4/2020

Ngày thứ 4 của hai tuần triệt để ở nhà "stay home" thế giới bên ngoài hầu như sa mạc...

Mượn câu nói bên Đức về tình trạng này: "Nước Đức đang làm bài tập ở nhà" (Deutschland macht seine Hausaufgabe"). Cả nước Việt Nam và cả thế giới ngoan ngoãn ở nhà và chăm chỉ làm bài tập. Ngay cả Đức Giáo Hoàng ở Rome cũng được thỉnh cầu vào nhà kính để tránh cơn đại dịch đang hoành hành. Con Corona này dữ thật. Nó buộc tất cả phải ngồi yên, làm bài tập ở nhà. Và chính nó ra bài: VỆ SINH THƯỜNG THỨC!!!

Từ đứa bé đến cụ già, dưới ánh mắt hung hiểm của ông thầy vô hình Corona, tất cả mọi người đều riu ríu phải "làm lại từ đầu" những gì cơ bản đã làm thường ngày. Mà lần này là lệnh của chính phủ, tối cao, nhưng chính phủ lại cũng phải tuân theo. Corona nhe nanh vuốt. Và bài tập bắt đầu, rửa tay (tuyệt đối tay sạch), giữ khoảng cách, đeo khẩu trang (khó với Âu Mỹ, nghe nói ông Trump không chịu đeo, mặc dù ông khuyên mọi người đeo). Ba nguyên tắc vệ sinh này rốt cùng để bảo vệ điều kiện cơ bản cho đời sống: giữ cho buồng phổi được trong lành và Hơi Thở... Một bài học tầm thường nhưng cả thế giới rối loạn vì cơn dịch dữ dội phá vỡ cả hệ thống bảo toàn sức khỏe con người ở mỗi nước trên thế giới. Với sự tấn công tàn phá triệt để vào buồng phổi và sự lây lan vô hình tướng, chưa bao giờ hiện sinh của con người được đặt lại trong những giờ làm bài tập vệ sinh thường thức này: sống sức khoẻ trong một môi trường lành.

Và hơn nữa bài học thường thức này đối diện với chồng chất tử thi, trước mắt là núi xác người cao ngất. Chưa bao giờ ta đối mặt cận kề với bốn chữ sinh lão bệnh tử tuyệt đối như thế, trong đó LÃO BỆNH TỬ bỗng trói với nhau làm một, chỉ trong khoảnh khắc. Hầu như không có khoảng thời gian ở giữa. Luật đào thải tự nhiên sinh lão bệnh tử, già rồi thì về với đất đang bị Corona rút ngắn tàn nhẫn chưa từng thấy. Đối diện với nó một vấn đề đạo đức trong xã hội đang thành hình trong trực giác hành động, cứu người bất kể tuổi tác, như mẫu mực đạo đức thế giới. Hay để người già chết nhường ống thở cho người trẻ hơn. Mình nghĩ đến những giọt nước mắt, những căn rứt của các bác sĩ khi quyết định rút dây thở... Thống kê xếp loại người già trên 80 là tầm nhắm của Covid-19. Tất cả chỉ nằm trong một hơi thở, Corona muốn ta tắt thở.

Nếu con người không tự cứu... Corona đưa cho ta một bài tập thường thức nhất, bảo vệ ta và người.

Trong thời gian này mình nhớ Phật nhiều nhất.

Trong những giờ độc thoại như thế này, mình lần theo những bước đi của Phật khi Phật tự mình cách ly với thế gian, bỏ mọi thứ thanh sắc vào rừng sâu. Trước hết, điều Phật tìm là nguyên tắc sống lành, sống khỏe mạnh cả thân và tâm. Ngồi thiền định là không gây sự lây lan, chính đôi tay ta dẫn dắt mọi thứ vi khuẩn ở trên đời vào thân. Khi ăn thì ăn trong tỉnh thức, thức ăn nuôi thân ta, và cái bình bát là dụng cụ lành nhất. Mấy ngày hôm nay ăn một mình mới thấy cách ngồi ăn riêng của Phật là hay. Phật chỉ dùng một bữa trong ngày, đi nhiều và thiền định, giảng cho các đệ tử với chánh ngữ đưa đến giác ngộ về điều kiện sống lành và tránh nghiệp dữ, tôn trong sự sống của muôn loài. Và đối với Phật cái quý giá nhất chính là hơi thở

Có lẽ chỉ có MỘT NGƯỜI đối diện được với Corona, như ánh sáng đối diện với đêm đen trong từng giây tỉnh thức, Phật Cồ Đàm sống động đang đi và ngồi yên, không cần phép lạ của Thượng đế, chú tâm vào hơi thở và không lây nhiễm. Một đề nghị sống đời giản dị an lạc.

Corona buộc thế giới ngồi yên để tự cứu, và đặt cả thế giới trong tư thế CHỜ. Ý niệm thời gian rút lại trong chữ chờ.

Chờ xong mình sẽ làm gì?

Lặp lại tất cả như đã làm và gấp hai ba lần hơn? Hay thay đổi thói quen từ bài tập thường thức trên kia?

Suy nghĩ buổi sáng 11/4/2020

NHỚ... VÀ CHỜ...

Corona vẫn tiếp tục hoành hành và cả thế giới hầu như bất động, với những tin người chết càng lúc càng nhiều, cuộc sống từ hai tuần nay co rúm trong một tư thế: CHỜ!

Chờ cơn dịch qua đi, chờ có được thuốc trị dứt con virus quái ác, chờ ngày đoàn tụ, chờ buổi tái ngộ, khắp nơi ai cũng chờ ai...

Chưa bao giờ ý niệm thời gian bị giản lược đến gần con số không như thế. Ba thì quá khứ, hiện tại và tương lai rút lại nơi lằn chỉ mong manh của sự chờ. Hiện tại không còn là hiện tại bình thường. Hiện tại trở thành tương lai trong nỗi chờ đợi, trong hy vọng cơn dịch dừng lại một ngày nào đó và hiện tại bỗng trở thành quá khứ của tương lai trong nỗi chờ ấy. Đối với nỗi chờ, hiện tại trở nên quá khứ và quá khứ ấy dày cộm trong NỖI NHỚ.

Giữa lằn ranh của quá khứ và tương lai, hiện tại chỉ hiện diện ở thời khắc mong manh của chờ và nhớ, đậm đặc hơn bao giờ.

Chưa bao giờ sự đánh mất hiện tại lại rõ rệt như bây giờ. Trong lúc chờ đợi chúng ta nhớ quay quắt một thời đã qua, bao nhiêu kỷ niệm, bao nhiêu cuộc hẹn hò, bao nhiêu hình ảnh đẹp, tư liệu quý, cả lịch sử của mỗi một người, và NHỚ. NHỚ làm sao thời xưa ấy trong nỗi chờ đợi ngày mai. Thiên đường là thiên đường đã mất hay một thiên đường còn chưa đến...

Ngay cả những việc chúng ta làm hoặc nhớ lại đều hầu như để chuẩn bị cho một ngày mai khác hay giống với giấc mơ quá khứ khi hết dịch.

Chúng ta đang đánh mất hiện tại, giản lược hiện tại trong CHỜ và NHỚ. Và chúng ta khắc khoải mong chờ một thứ trường sinh bất tử, ở nơi đâu xa, nơi một thiên đường nào đó, không phải trên quả đất này. Và chính vì nằm trong những ảo tưởng ấy, thần chết gọi ta, như thần chết đang có mặt khắp nơi trên địa cầu.

Trong lúc chính hiện tại mới là cõi sống thực sự, mà con người bỏ quên.

Trong lúc hiện tại chính là sự bất tử của con người, như Phật Cồ Đàm đã tìm ra liều thuốc bất tử hơn 2564 năm trước.

Bất tử trong nghĩa của Thiền định, nơi đây và bây giờ, từng hơi thở, ý thức sống, sống lành từng phút từng giây, tròn trịa thân tâm an lạc, thở và sống không độc hại với người khác, với cỏ cây, với chúng sinh, như hoa giữa muôn hoa.

Khi giảng về bất tử, Phật chỉ ra rằng, nếu chúng ta sống tỉnh thức trong hiện tại, ý thức sống, hơi thở của chúng ta từng phút từng giây là sự sống, trong mỗi khoảnh khắc sống thực, sống tròn, cái chết lánh xa chúng ta trong từng giây phút ấy. Đó chính là bất tử. Và con người là thực thể duy nhất trên thế gian có thể thực hiện sự bất tử ấy ở đây và bây giờ, mà con người trong vô minh, đầy lo âu, sợ hãi, lòng tham, dục vọng, đã bỏ lỡ cơ hội ấy.

Giờ đây mới nhận ra mỗi khoảnh khắc sống lành (healthy) tâm và thân, mỗi hơi thở, mỗi bước đi trong chánh niệm, là mỗi khoảnh khắc diệt Corona …

Phật Cồ Đàm đã trả lời Corona trước khi nó xuất hiện.

Và câu trả lời này vẫn còn đáng cho chúng ta xét nghiệm và thực nghiệm ngay trong thời HẬU Corona. Cô đơn là dược đơn!

May thay Phật ra đời!

Vui thay Phật ra đời!

Thái Kim Lan

Huế mùa Phật đản 2564 - Tháng 4 /2020

ĐẶNG CHÂU LONG

Sài Gòn – Việt Nam

GIA ĐÌNH HOA XUYẾN CHI
NGÀY CON NƯỚC VỀ

"Hạnh phúc tôi hạnh phúc tôi từ những ngày con nước về"
(Trên ngọn tình sầu, Từ Công Phụng)

Đợt đầu tiên của cơn Covid tại Việt Nam đã qua đi nhưng dư chấn của nỗi lo vẫn âm ỉ không dứt trong mọi người. Với gia đình tôi, nỗi lo càng lớn hơn khi đám cưới của đứa cháu ngoại đầu tiên đang gần đến và mọi chuyện chuẩn bị nơi đặt tiệc, thiệp mời đã xong.

Ngày 27 tháng 7, một công bố tâm dịch Covid mới ở Đà Nẵng, mội chủng mới có yếu tố lây lan từ người nước ngoài, chúng tôi đang trên chuyến dã ngoại cùng thân hữu nhóm tập san Quán Văn. Tình trạng càng ngày càng xấu đi. Khi trở về nhà, chuyện đầu tiên tôi nghĩ đến là những buổi tiệc cưới. May mắn, các con đã kịp hoãn từ các nơi đặt tiệc. Chỉ còn ngày cưới, đã dự trù dù đơn giản thế nào cũng phải tiến hành vì thời gian chẳng còn nhiều.

Vợ chồng tôi về Nha Trang trước ngày cưới một tuần lễ. Chuyến xe car hôm nay có số lượng khách khoảng 20 người, nhưng đa số chỉ là những người khách đến Phan Thiết. Từ đó, trên xe chỉ còn lại 6 người khách, và họ cùng xuống Diên Khánh như chúng tôi.

Tinh sương, về đến Vườn Trầu, Diên Khánh. Nhóm nhà của những người bà con thân thuộc vẫn còn đang im ắng dù tất cả đều đã thức dậy sớm và uống cà phê từ 4 giờ sáng. Giờ này tất cả đang tứ tán ra chợ, đi tập thể dục hoặc chuẩn bị cho một ngày mới bắt đầu.

Khánh Hòa chỉ thật sự an toàn hai ngày sau khi tôi về. Những thông tin có dính dáng tới yếu tố người về từ Đà Nẵng đã râm ran từ Khánh Vĩnh, từ đường Tô Hiệu khiến tôi hiểu sự xấu đi sẽ rất nhanh thôi. Dù chỉ làm lễ cưới có mặt hai họ cũng đang là một nỗi lo.

Ngày 10 tháng 8, trước lễ cưới một ngày, lệnh cấm tập trung trên 20 người của Khánh Hòa có hiệu lực, dù chưa phải là giãn cách xã hội một cách toàn diện.

Buổi sáng, bên nhà gái gọi điện thoại báo cho con gái tôi, đã phải tháo cổng và rạp theo yêu cầu từ phía những người có trách nhiệm kèm theo nhắc nhở chỉ được để duy nhất một bàn tròn và không quá 20 người cho cả hai họ.

Phía chúng tôi, đã được phép từ chính quyền miễn sao tuân thủ đúng qui định. Một cuộc hội ý cấp tốc để giảm lượng người từ nhà trai qua rước dâu. Từ 7 xe nhỏ, rút xuống còn 3 xe và qua tất cả 14 người. Nhà gái đã theo cách của họ, tùy gia giảm cho đúng số người. Chỉ tính riêng gia đình tôi là 8 người, cộng thêm 6 bà con, kể cả lái xe. Quả cưới cũng từ những người lớn nhỏ mang đi.

@

Đặc điểm chung của hai gia đình bên trai và gái tương đối giống nhau. Bà con sống xúm xít nhau. Tuy gần nhưng nhà ai nấy ở, không có người lạ xen vào. Riêng phía chúng tôi, quần tụ nội ngoại lên đến gần 20 nhà. Đôi lúc tôi ví như một ốc đảo thương yêu.

Tôi nghe các con bàn nhau chuyện lễ cưới và hiểu rằng chẳng ai bình tâm dù đã giấu hết lo lắng vào trong để hai cháu có được một lễ cưới an lành, vui vẻ. Tôi nhìn ra vạt đất phía trước phía sau, lơ đãng ngắm những vùng hoa xuyến chi đang lắc lư phô những cánh trắng nhỏ nhắn lắc lư trong gió phớt ban mai. Nếu chỉ một cây xuyến chi có lẽ chẳng ai để tâm đến cánh mỏng nội đồng này. Nhưng nếu chúng hợp quần cùng lắc lư theo gió sẽ là một sinh động lung linh. Với phương Tây, hoa xuyến chi biểu trưng cho một tình yêu chung thủy luôn một lòng hướng về người mình thương yêu. Đó cũng là loài hoa đại diện cho sự trong sáng, ngây thơ của trẻ nhỏ. Tôi nghĩ đến hai cháu sắp thành duyên. Tôi nghĩ về sự bối rối trong hoàn cảnh ngày cưới. Hai cháu nghĩ gì? Hãy đơn sơ và thủy chung cùng đời. Chỉ có tâm thành là quan trọng, chẳng phải lễ nghi, hình thức. Tôi chợt nhớ chiếc chóa đèn pha lê với hoa văn quanh chóa hình sin mà tôi đã dùng ciment trắng bịt đáy để biến thành bình cắm hoa lâu nay không sử dụng. Một ý nghĩ trong đầu như một lời chúc phúc cho hai cháu.

Hạnh và tôi hai người hai chiếc kéo, gặt những bông hoa dại xuyến chi cùng một kích thước hai tấc, chẳng mấy chốc đã có hai nắm hoa. Đổ nước vào chóa đèn, cắm hết hoa vào. Những cánh mỏng đơn sơ đã trở nên lung linh ngời giữa đời thường. Khi tôi bưng vào sân đặt lên bàn nước, cháu Bi nhà bên chạy vội qua xem và nói: "Con tưởng Ba Long mới mua về, mà cũng đẹp quá phải không Ba Long?". Mấy cháu tôi vốn đã quen gọi tôi như thế từ hơn bốn chục năm nay dẫu tôi chỉ với vai trò người dượng. Tôi trả lời: "Ừ, đẹp, nó đẹp nhờ quần tụ và đơn sơ, khiêm nhường, trong trắng".

@

Ba chiếc xe chở người và quả cưới và không dán chữ Hỷ trước xe chạy về phía Hà Dừa. Hôm nay lễ cưới không cần dùng đến dù chỉ một bàn bởi chúng tôi chỉ đến làm lễ xong rồi về ngay lại nhà trai.

Tôi nhìn các nhà kế bên, thấp thoáng dáng gái trai áo quần lịch sự đứng sau cánh cổng. Tôi biết đó là những nhà bà con bên gái và họ chào đón chúng tôi theo một sự xếp đặt của gia đình. Họ sẽ chờ đến lúc được báo hiệu để hoàn tất ngày vui của con cháu mình.

Chúng tôi cũng cẩn thận chỉ vào 5 người và bên đàng gái cũng như thế. Không nhắc sâu đến những trở lực, chúng tôi nói về tình thân và mong cầu hạnh phúc hai cháu. Dường như cả hai phía họ gái và họ trai gặp nhau bởi tinh thần lạc quan và hỗ tương vốn rất quan trọng đối với những gia đình sống quần tụ bên nhau, nên chúng tôi dễ cảm thông. Phần tặng quà cho các cháu, cứ tuần tự nhà ai nấy bước qua để hoàn tất thủ tục. Ngó trước sau chưa bao giờ lên tới con số 15 người trong nhà. Dù chỉ mới ngày hôm qua lo âu, nhưng bây giờ tất cả đã thở phào nhẹ nhõm. Xong rồi. Đã xong kèm với rất nhiều nụ cười tươi.

@

Tối nay, sau lễ cưới. vợ chồng tôi, vợ chồng hai cháu và Win theo xe trở về lại Sài Gòn. Một chuyến xe mười khách đi giữa cơn mưa nhẹ, Quanh tôi những người trở thành vô danh chỉ thấy nhau qua hai con mắt còn lại. Khẩu trang với tôi là ám ảnh. Nó là một minh chứng cho nỗi ám ảnh thời dịch bệnh. Kẻ thù giấu mặt ở đâu và bao giờ phục hồi đời sống cũ?. Vắng bên tôi tiếng cười rộn ràng của Trương Văn Dân, tiếng Nhớ quá nhớ quá của Elena theo nhịp cầu nối mạng sẻ chia. Nước Ý mùa này đã tạm hồi phục. Hai vợ chồng thỉnh thoảng lại đi bơi nhưng vẫn khát khao niềm vui cùng thân hữu ngày nào. Thế giới bây giờ ngột ngạt lạ khi phải dung nạp thêm kẻ vô hình, một kẻ không có trọng lượng nhưng đang đè nặng lên nhịp sống toàn cầu.

Những to lớn vĩ đại đã và đang biến mất. Mammouth biến mất. Khủng long biến mất. Rồng lửa thánh thần không có thật, chỉ còn trần trụi nỗi người bên nỗi sợ không bóng hình

Tôi nhìn lại bình hoa xuyến chi còn tươi trên bàn nước. Nhìn kỹ lại từng cánh hoa bé nhỏ trắng muốt và tôi phát giác ra phần lớn những cánh hoa đều bị tật nguyền. Có hoa mất một hai cánh, có hoa chỉ còn lại nhụy hoa vàng trơ trọi. Dẫu vậy chúng vẫn lung linh. Dẫu vậy chúng vẫn nhẹ nhàng lắc lư dáng vẻ cùng đời như muốn nói: "Bên nhau ta cứ vui, bên nhau ta cứ cười. Mệnh đời là một vô thường, có sá gì một vài cánh nhỏ tàn rơi".

Đặc điểm của hạnh phúc chẳng phải là một bảo vật toàn vẹn. Nó nảy sinh từ một tả tơi đau đớn. Bởi từ đó ta nhận chân đời và biết gìn giữ thương yêu còn sót lại.

Đặng Châu Long
13-08-2020

TRẦN DZẠ LỮ
Đồng Nai - Việt Nam

NGHĨ VỀ COVID 19 TRONG NĂM 2020

Từ cha sinh mẹ đẻ đến giờ 72 tuổi, tôi mới thấy một đại dịch kỳ lạ đến vậy. Nó làm cho cả thế giới chới với, đảo điên chưa từng thấy bởi chết chóc, đói khổ thêm lên. Hai trái bom nguyên tử Mỹ thả xuống hai thành phố của Nhật ngày xưa-bây giờ là chuyện nhỏ! Covid-19 đáng sợ hơn nhiều vì nó là tay sát thủ vô hình, ta không biết đâu mà tránh… Nó giết người hàng loạt, chết không kịp ngáp, chết tức tưởi lìa xa bạn bè, người thân yêu không gặp được nhau lần cuối. Mỹ là nước giàu mạnh nhất thế giới cũng phải điên đầu chống chọi. Hơn nửa năm rồi, biết cơ man nào là người nhiễm bệnh, chết chóc mà bạn tôi – Lê Tây Sơn tổng kết mỗi ngày trên FB.

Tại Việt Nam, trong tháng 7 năm 2020 dịch lạ bùng phát, mà tâm dịch lại là thành phố Đà Nẵng đến Quảng Nam, Quảng Ngãi. Đà Nẵng, quê hương thứ 2 của tôi đang gồng mình chống dịch. Nhớ và càng thương yêu hơn những bạn bè, anh em còn đó: Đoàn Huy Giao, Lê Ái Niệm, Phạm Văn Hạng, Duy Ninh Nguyễn, Gia Nguyễn, Hoàng Đặng, Nguyễn Ngọc Hạnh,Vũ Ngọc Giao, Trần Trung Sáng…

Ở Mỹ thì có Nguyễn Minh Nữu, Phạm Cao Hoàng, Hạ Quốc Huy, Thảo Trần, Trần Thanh Quang, Khuyên Vũ, Minh Toán Lê Hữu, Nguyễn Đình Thuần, Nguyễn Thuỳ An, Hùng Thái,Trần Thị Loan,Nhã Ca, Thành Tôn, Nguyễn Lương Vy, Trần Yên Hoà, Nguyễn Phước Ái Duyên, Thuý Nga A Sầu…

Ở Canada có Luân Hoán, Vy Khanh Nguyen.

Ở Úc có Phạm Đình Dương, Hư Vô, Tuyết Lê Melbourne, Huy Tưởng.

Ở Nhật có Nga Fujita.

Tôi cầu mong tất cả an lành, không ai chết vì con virus đáng ghét này.

Vì Covid mà tôi phải bán nhà ở Sài Gòn để về chốn thâm sơn Bà Tô xin hai chữ bình an.

Vẫn còn đó, bạn bè anh em tôi ở Sài Gòn trong cơn chao chớn không quên tên gọi như: Tôn Thất Tài, Lương Viết Khiêm, Nguyễn Duy Công, Bích Hà, Đỗ Thị Thơm, Nguyễn Hữu Thời, Ninh Giang Thu Cúc, Ngô Đình Hải, Nguyễn Liên Châu, Huỳnh Hồ Thái Tuấn, Nguyên Minh, Hoàng Kim Oanh, Đoàn Thị Kim Liên, Nguyễn An Bình, Phạm Thiên Thư, Lê Tây Sơn, Thiên Di, Trang Bùi, Én Trắng, Hồ Thi Ca, Hà Nguyên Dũng, Nguyễn Hữu Thụy, Khuyên Trang…

Hai điều luôn là nỗi ám ảnh khôn nguôi trong tôi: Đại dịch và đói khổ. Tuổi này chết cũng không ân hận gì. Nhưng tương lai con cháu tôi và các bạn sẽ đi về đâu? Thế giới sẽ ra sao ngày sau?

THƠ VIẾT TRONG ĐÊM CHÂU ĐỨC

Đêm Châu Đức, có trăng xuân thì
Cũng ứa buồn theo tuổi cách ly
Ta lại thêm một lần trôi nổi
Xa Sài Gòn hồn chẳng muốn đi...

40 năm làm gã chân quê
Nơi chợ nhỏ, không bè không cánh
Chỉ tội trái tim thường lãng mạn
Say thơ cùng mỹ nữ mê mê

Nay bỏ phố lên rừng nào khác,
lưu đày mình cùng cốc thâm sơn
Khó ngủ tiếng tắc kè kêu khản
Như giục tình ngơ ngác hóa thân

Chiều chiều vác mặt ngó trời căm
Đâu tri kỷ, tình thân bè bạn?
Dịch quái ác, lỡ ta láng cháng
Sẽ bỏ đời không thấy yêu thương...

Đêm Châu Đức quay quắt Sài Gòn
Ngờ ngợ xa cách một mùi hương
Cưng phả vào lòng anh thất thế
Mật ngôn gì mà hiểu trăm năm?

6.8.2020

THƯƠNG KHÚC 2 CHO ĐÀ NẴNG

99 ngày đã bình yên
Khi không Cô Vít điên điên trở về
Giãn cách vắng lặng tư bề
Em tôi bó rọ trong khuê các sầu!

Mắc dịch này có từ đâu
Mà đau lòng Mẹ qua cầu nghi nan?
Vẫn tin Đà Nẵng đường hoàng
Chung lưng đấu cật, giải oan khuất mình…

Cuối đường hầm sẽ bình minh
Sông Hàn vẫn chảy qua tình nước non…

Sài Gòn, 1.8.2020
Trần Dzạ Lữ

DƯƠNG HOÀNG MAI

Munich - Đức

PORTO TRONG THỜI CORONA

Tháng Tám năm nay 2020, giữa lúc Bayern báo động số người nhiễm Corona đang tăng trở lại khiến bang Bayern có số người nhiễm Corona (Covid-19) cao nhất nước Đức, chúng tôi quyết định bay qua Porto, duy trì cuộc nghỉ mát mùa hè như thường lệ của gia đình. Chọn Porto vì nó là vùng tạm an toàn trong thời gian này.

Sân bay Munich thưa vắng hơn trước khi có dịch bệnh, nhưng số hành khách lên máy bay Lufthansa qua Porto khá đông, không còn ghế trống nào. Như vậy không có chỗ trống để giữ khoảng cách (xét ra có chừa khoảng trống cũng vô nghĩa, khi cả đám hơn 200 mạng cùng ngồi trong khoảng không gian chiếc Airbus vài tiếng đồng hồ). Hành khách đeo maske nghiêm chỉnh và chỉ vội mở ra khi được phục vụ nước uống, bánh ngọt. Các cô tiếp viên hàng không hăng hái phục vụ khách, tạo quang cảnh nhộn nhịp trong thời bệnh dịch. Phải chăng sau thời gian cách biệt ai cũng mừng khi khách hàng quay trở lại.

Từ Munich bay qua Porto mất khoảng 3 giờ, và múi giờ Porto trễ hơn so với Munich 1 tiếng. Không xét hỏi hay thủ tục nào cần làm ở phi trường Porto với hành khách đến từ Đức.

Porto có nhiều nghĩa, trong tiếng Đức nghĩa đầu tiên là Hafen (Cảng). Có thể nói Porto là thành phố cảng nổi tiếng từ thuở xa xưa, lúc từng đoàn thuyền buôn từ Porto đi khắp thế giới và đến cả Việt Nam, khoảng thế kỷ 16, để khám phá vùng đất "Cochinchina".

(Xứ Đàng Trong hay Faifo).

Nhìn các hàng chữ tiếng Portugal (Bồ Đào Nha) với những dấu ngã, dấu sắc, người Việt chúng ta sẽ không thể quên nguồn gốc chữ Việt viết theo ký tự Latin là do các nhà truyền giáo đi từ Portugal đã bỏ công sức sáng tạo và biên soạn.

Porto cũng nhắc du khách nhớ ngay đến hương vị thơm ngào ngạt và êm dịu của Portwein, thứ rượu uống xong là có thể ghiền!

Nằm ngay cửa biển Atlantik (Đại Tây dương) quanh năm hứng gió biển ẩm và ẩm ướt, phố xá được xây dựng dọc theo đồi dốc cao, nên ở Porto du khách có thể ngắm cảnh biển và toàn cảnh thành phố khi trèo lên một vị trí cao nào đó, tốt nhất là leo lên tòa tháp chuông Torre dos Clérigos, cũng là biểu tượng của Porto.

"Đất Quảng Nam chưa mưa đã thấm. Rượu hồng đào chưa nhấm đã say" du khách Việt dễ chạnh lòng nhớ hai câu này, với những cơn mưa chợt đến chợt đi ở Porto. Mưa bụi, xen lẫn mưa rào, không thấm ướt đất, nhưng làm đường phố Porto loáng nước vì phần lớn chúng được lót đá hoa, cẩn nhiều kiểu hoa văn rất đẹp.

Không chỉ trên mặt đường, tại các lâu đài, nhà thờ, tường nhà, khắp nơi đều dễ thấy lối cẩn gạch bông hoa mỹ và truyền thống.

Nhà ga São Bento lôi cuốn du khách đến ngắm không

chỉ vì vách tường cẩn các hình gạch bông trang nhã mà còn từ huyền thoại về một con ma (bà phước) tại nhà ga này. Giữa cảnh nhà ga luôn tấp nập khó thấy hồn ma hiện về, nhưng vào xem Show 3 D về Porto, du khách sẽ được... sống... với con ma này vài phút...!

Món quà lưu niệm dễ mua nhất tại Porto thường là các mẫu hoa văn gạch bông vùng này.

Đặc biệt tại điện Palácio da Bolsa, nơi xứng danh làm chỗ giao dịch chứng khoán của thành phố buôn bán ngày xưa và ngày nay là chỗ tiếp khách của tổng thống và chính quyền, với những phòng ốc rộng lớn, cẩn lót gạch tráng lệ từ nền nhà lên tận nóc nhà, những căn phòng dát vàng, lát gỗ quý, chúng ta có thể thấy sức mạnh của các thương gia Bồ Đào Nha khi xưa, trên hết là đế chế Bồ Đào Nha, với các con tàu buồm lớn đi chinh phục nhiều lãnh thổ trên thế giới thuở nào.

Phố xá xây trên đồi cao, đường phố lên dốc xuống dốc ngoạn mục và khá hẹp, du khách không nên mướn xe hơi để đi dăm phút, lại phải loay hoay tìm chỗ đậu xe. Nên mua vé xe bus, bao gồm luôn cả tuyến đường Metro đi khắp Porto và các nơi khác. Tốt nhất mua ngay từ khi bước xuống phi trường, giá vé xe khá phải chăng, giúp ta đỡ mỏi gối chồn chân ở thành phố không lớn, nhưng có nhiều chỗ để xem.

Đặc biệt khá nhiều nhà thờ, có nơi liên tiếp 2, 3 nhà thờ lớn gần nhau, vài nhà thờ lớn như viện bảo tàng, xem hết phải mất vài giờ. Do lối kiến trúc theo kiểu Barock của các nhà thờ, nên Porto được xếp vào thành phố kiểu Barock.

Một công trình xây ngay giữa Porto và làm mục tiêu chụp hình cho du khách là chiếc cầu mang tên Dom Luís với lối kiến trúc theo Gustave Eiffel, gợi nhớ ngay hình ảnh tháp Eiffel.

Dân Porto không cao lớn, có dáng dấp của người Brasil, đúng hơn dân Brasil phần lớn là di dân từ Portugal và mang theo niềm đam mê lớn của xứ này, đó là đá banh. Rất nhiều chàng trai ở đường phố Porto có dáng giống Ronaldo, hình ảnh vị thần tượng bóng đá cũng thấy khắp đường phố trên những chiếc áo thể thao.

Porto cũng là thành phố rất thú vị đối với những Fans của Harry Potter!

Số là sau khi mẹ mất, nhà bị trộm sạch, lại thất nghiệp, J. K. Rowling đã qua Porto ở một thời gian, có gia đình tại đây và những trang đầu của truyện Harry Potter đã được tác giả ngồi viết trong quán cà phê Majestic.

Ngày nay nếu bạn ngồi tại quán này uống cà phê, đừng ngạc nhiên khi thấy nhiều du khách vào quán dòm ngó lao xao. Và cảnh nhiều góc phố với các ngõ ngách bí ẩn tại Porto đã được đưa vào tác phẩm Harry Potter (Winkelgasse), cả gian hàng bán chổi (cho các phù thủy cưỡi bay trong gió), hình ảnh con sư tử đại diện cho nhóm Gryffindor đều là các hình ảnh biểu tượng ở Porto.

Trước gian hàng sách mang tên Livraria Lello với lan can cầu thang gỗ uốn lượn đẹp tuyệt trần luôn có các cô cậu Fans của Harry Potter xếp hàng không kể mưa gió hay Corona, khiến cửa hàng sách này trở thành nhà sách lấy tiền vào cửa.

Đặc biệt tượng của António de Oliveira Salazar, một lãnh tụ độc tài ở Portugal vào những năm 1933, với chính sách phát xít, đã làm nhân vật trong truyện Harry Potter, lãnh tụ phe Slytherin trở nên hình tượng có thật.

Không khí truyện Harry Potter đậm nét hơn ở Porto với hình ảnh các sinh viên trên đường phố mặc áo choàng đen, mẫu áo choàng này đã được đưa vào phim Harry Potter cho học sinh và thầy giáo trong truyện mặc như đồng phục.

Alohomora! Câu thần chú giúp mở mọi cánh cửa khi giơ cây gậy phù thủy trong Harry Potter sẽ được sử dụng liên tục khi du khách bước đi trên đường phố Porto và phải dừng chân trước nhiều cửa hàng bánh ngọt quá hấp dẫn.

Đặc biệt các tiệm ăn sực nức mùi cá Bacalhau. Bacalhau là loại cá biển thường được muối mặn và trở thành món ăn truyền thống với nhiều cách chế biến, nhiều hình thức, trong đó nổi bật là món cá trộn bột khoai tây và phô mai chiên giòn, đã trở thành món hàng như Hamburger với những cửa hàng chuyên bán riêng loại bánh này chẳng khác Mc Donald.

Món này khó ăn với những ai không quen vị cá mặn và phô mai đậm mùi. Bacalhau cũng được phơi sấy khô nguyên con, trông chẳng khác nào những con khô cá đuối, khô cá hú ở Việt Nam. Món bánh ngọt Pastel de Nata làm từ bột giòn như bột bánh Pâté Chaud với đủ loại nhân kem sữa, trứng, hạnh nhân luôn là món giúp du khách thêm sức để dạo chơi khắp thành phố.

Có thể kết thúc bài viết với hình ảnh chiếc bánh mì kẹp đặc biệt của Porto, một loại Bürger như của McDonald với miếng thịt chiên kẹp giữa hai miếng bánh mì và được phủ ngoài lớp phô mai nóng chảy cùng cái trứng gà kiểu trứng chiên ốp la ở bên trên…Nó xuất hiện khắp nơi ở Porto và tạo ngạc nhiên cho những du khách lần đầu thưởng thức.

Porto không quá lớn để khám phá nhưng giữ chân du khách lâu và khiến ta dễ quay lại bởi tính thân thiện của người dân, cùng những bức tranh vẽ tường, niềm ngạc nhiên nho nhỏ từ các nghệ sĩ đường phố. Không khí ẩm ướt, cổ kính êm đềm của một thành phố cổ được Unesco bảo vệ, thật thanh bình với nhiều cánh chim bồ câu chấp chới bay lượn cùng chim hải âu, những cây cam, cây vả mọc ngay vệ đường và luôn phảng phất hương vị nồng nàn ngọt ngào của Portwein.

Dương Hoàng Mai
Munich, 31.08.2020

(MÙA CÁCH LY - Tranh của duyên)

TRẦN THỊ NGUYỆT MAI

Ohio - Hoa Kỳ

MÙA CÁCH LY

Thấy gì trong ngôi nhà đó
Có phải tình yêu gia đình
Giữa người cha và người mẹ
Giữa mẹ cha và các con?

Mọi người ngày thêm gần gũi
Những bữa ăn cùng chung nhau
Thêm những tiếng cười tiếng nói
Thay lời thầm lặng bấy lâu

Thấy gì trong niềm ly cách
Có phải tình yêu cuộc đời
Máy may, dây thun, vải vóc
Làm thành chiếc mask tặng người?

Mai này đại dịch đi qua
Ngôi nhà mãi mãi vẫn là
Nơi chốn tình yêu nẩy nở
Hạnh phúc giản đơn thôi mà.

08.10.2020

TƯỜNG TRÌNH MÙA ĐẠI DỊCH

Covid-19 là chữ viết tắt của Coronavirus disease 2019. Đây là một bệnh truyền nhiễm gây ra bởi hội chứng hô hấp cấp tính nặng Coronavirus 2 (SARS-CoV-2), được xác định lần đầu tiên vào tháng 12 năm 2019 tại Vũ Hán, thủ phủ của tỉnh Hồ Bắc, Trung Quốc và từ đó đã lan rộng ra thế giới, dẫn đến một đại dịch đang hoành hành. Tính đến hôm nay, ngày 18/5/2020, theo thống kê của Worldometer, hơn 4,83 triệu trường hợp đã được công bố trên 215 quốc gia và vùng lãnh thổ, dẫn đến hơn 317 ngàn ca tử vong, trong đó, Hoa kỳ là quốc gia đứng đầu danh sách (hơn 1,52 triệu nhiễm bệnh và hơn 90 ngàn người chết). (1)

(Bài này Nguyệt Mai viết hồi tháng 5 /2020, hiện tại hôm nay ngày 25/10/2020 số người nhiễm bệnh ở Hoa Kỳ đã là 8.854.874 người, số người hồi phục 5.746.461 và con số tử vong là 230.229).

Bác sĩ Li Wenliang, một bác sĩ nhãn khoa 34 tuổi tại Bệnh viện Trung ương Vũ Hán, là người đã gióng lên hồi chuông cảnh báo về Coronavirus trong những ngày đầu của dịch bệnh. Ngày 30/12/2019, ông gửi thông báo đến các đồng sự về sự bùng phát của một căn bệnh giống như hội chứng hô hấp cấp tính nặng (SARS) đang xảy ra nơi ông làm việc, đồng thời khuyên họ nên tự bảo vệ để tránh lây nhiễm. Bốn ngày sau, ông bị Văn phòng Công an ở Vũ Hán gọi lên trình diện và phải ký vào giấy buộc tội đã đưa ra những thông tin sai lệch ảnh hưởng nghiêm trọng đến trật tự công cộng. (Sau đó, ông trở lại làm việc rồi bị nhiễm bệnh và đã qua đời vào ngày 7/2/2020.) (2)

Sự thật, theo tạp chí y khoa Lancet, những triệu chứng bệnh trạng đầu tiên đã được quan sát vào ngày 1/12/2019 tại Trung Quốc. Tuy nhiên, người ta tin rằng con vi khuẩn này xuất hiện lần đầu tiên vào tháng 11/2019. Nhưng đến ngày 31/12/2019, Trung Quốc mới thông báo cho Tổ chức Y tế Thế giới (WHO) về một số trường hợp viêm phổi bất thường ở Vũ Hán, thành phố có 11 triệu dân nhưng không rõ do con vi khuẩn nào gây ra.

Vào ngày 5/1/2020, các quan chức Trung Quốc đã loại trừ khả năng đây là sự tái phát của virus hội chứng hô hấp cấp tính nặng (SARS) – một căn bệnh bắt nguồn từ Trung Quốc và giết chết hơn 770 người trên toàn thế giới vào năm 2002-2003. Và đến ngày 7/11, Trung Quốc công bố đã xác định được một loại vi-rút mới, được đặt tên là novel Coronavirus hay 2019-nCoV.

Tiếp theo, ngày 11/1, Trung Quốc thông báo cái chết đầu tiên do virus này mang đến: một quý ông 61 tuổi là khách hàng thường xuyên của chợ hải sản Huanan ở Vũ Hán (chợ này đã bị đóng cửa từ ngày 1/1/2020). Việc điều trị các triệu chứng của ông này trở nên xấu đi sau khi nhập viện và bệnh nhân đã chết vì suy tim vào tối ngày 9/1/2020.

Lúc đó tại Hoa Kỳ, tình trạng chưa nghiêm trọng. Tôi đã đáp chuyến bay về vùng Sài Gòn Nhỏ để dự đêm nhạc Người Về Như Bụi và buổi ra mắt Tuyển Tập 39 Văn Nghệ Sĩ Tưởng Nhớ nhà thơ Du Tử Lê được tổ chức vào thứ ba 14/1/2020 tại nhà hàng Hạt Ngò là nơi sinh thời thi sĩ thường ghé đến.

Sau đó những tin tức ngày một xấu dần: 13/1, Thái Lan là nước ngoài Trung Quốc đầu tiên công bố trường hợp nhiễm bệnh 2019-nCoV từ một quý bà 61 tuổi đến từ Vũ Hán. Tiếp đó, ngày 20/1, Hoa Kỳ ghi nhận một trường hợp đầu tiên nhiễm bệnh, một người đàn ông 35 tuổi ở Snohomish County, tiểu bang Washington, đã đến Vũ Hán trước đó. Ngày 23/1, Vũ Hán bị đặt trong tình trạng cách ly và tỉnh Hồ Bắc thì mấy ngày sau đó. Ngày 30/1 WHO tuyên bố tình trạng báo động khẩn cấp về sức khỏe cộng đồng toàn cầu. Ngày 31/1, Tổng thống Donald Trump cấm công dân ngoại quốc vào Mỹ nếu họ ở Trung Quốc trong vòng hai tuần trước. Ngày 2/2, một trường hợp tử vong đầu tiên bên ngoài Trung Quốc được ghi nhận ở Phi Luật Tân. Ngày 9/2 số người chết ở Trung Quốc đã vượt qua đại dịch SARS 2002-2003, với 811 ca tử vong được ghi nhận. Ngày 11/2, WHO thông báo tên mới của bệnh dịch này là Covid-19. Ngày 12/2, các trường hợp nhiễm Coronavirus bắt đầu tăng đột biến ở Nam Hàn. Ngày 19/2/2020, đại dịch bắt đầu bùng phát ở Iran, tiếp theo là Ý (21/2) và vào ngày 29/2, Hoa Kỳ tường trình ca tử vong đầu tiên trên đất Mỹ. (Trước đó, một công dân Mỹ đầu tiên đã chết tại Vũ Hán vào ngày 8/2).

Ngày 3/3, các trường hợp nhiễm Coronavirus bắt đầu tăng mạnh ở Tây Ban Nha, đánh dấu sự khởi đầu của đợt bùng phát. Ngày 8/3, Ý đặt tất cả 60 triệu cư dân vào tình trạng "nội bất xuất, ngoại bất nhập" (lockdown). Ngày 11/3, WHO tuyên bố đại dịch bùng phát và Tổng thống Trump cấm tất cả những chuyến du hành từ 26 quốc gia châu Âu. Ngày 13/3, Hoa Kỳ tuyên bố tình trạng báo động khẩn cấp toàn nước Mỹ về vụ dịch Coronavirus. (3)

Tại nơi tôi đang sống, Thống đốc tiểu bang tuyên bố tất cả các trường học sẽ phải đóng cửa trong ba tuần bắt đầu từ ngày thứ ba 17/3 để tránh lây lan. Tuy thế nhiều khu học chánh địa phương đã quyết định đóng cửa trước ngày đó, có nơi chọn thứ sáu 13/3 nhưng đa số các trường quyết định đóng cửa bắt đầu thứ hai 16/3. Tình hình ngày càng xấu, nên Thống đốc tiểu bang đã gia hạn việc đóng cửa bắt buộc đối với tất cả các trường trung tiểu học cho đến cuối niên khóa 2019-2020, cùng lúc bãi bỏ các buổi dạ hội cuối năm. Các trường Đại Học cũng đóng cửa từ thứ sáu 13/3 và cho sinh viên học online phần còn lại của học kỳ mùa xuân.

Ngày chủ nhật 22/3/2020, Thống đốc tiểu bang đã ban hành Lệnh ở nhà (Stay home order) bắt đầu hiệu lực vào ngày thứ hai 23/3/2020 lúc 11 giờ 59 tối và sẽ hiệu lực cho đến ít nhất là 11 giờ 59 tối thứ năm 9/4/2020, trừ phi lệnh được hủy bỏ hay cần sửa đổi. Nhưng đến ngày 2/4, Lệnh được triển hạn cho đến 11 giờ 59 tối thứ sáu 1/5/2020. Và đến ngày 1/5 thì Lệnh được triển hạn thêm một lần nữa đến 11 giờ 59 tối thứ sáu 29/5/2020. Điều đó có nghĩa là trừ những trường hợp cần phải ra ngoài (đến sở, đi chợ, khám bệnh, hoặc cấp cứu…) thì người dân phải ở nhà.

Tuy làm công việc hành chánh nhưng vì thuộc ngành chăm sóc hành vi sức khỏe (behavioral healthcare) nên tôi vẫn đi làm. Sáng đến sở, đường sá vắng lặng, thưa thớt và buổi chiều về cũng vậy. Không còn cảnh xe cộ tấp nập trên đường. Tới sở, công việc cũng có chút thay đổi. Sau khi ký tên vào bản điểm danh như thường lệ, nhân viên sẽ tự đo nhiệt độ bằng máy đo hồng ngoại và điền vào một mẫu giấy in sẵn: tên, ngày giờ, và trả lời có / không những câu hỏi sau đây:

• Bạn có bị sốt, ho, đau cổ họng, nhức đầu, mất vị giác hoặc thính giác, đau nhức bắp thịt, tiêu chảy và / hoặc khó thở không?

• Khi đo thân nhiệt hôm nay, nhiệt độ của bạn có trên 100,4 độ F/ 38 độ C hoặc cao hơn?

• Bạn có du hành trong vòng 24 giờ qua?

• Bạn có tiếp xúc gần với ai mỗi lần 15 phút và trong phạm vi 6 feet với người bị xác nhận nhiễm bệnh hoặc đang chờ đợi kết quả thử Covid-19 trong vòng 24 giờ qua?

• Bạn có bị cách ly trong 14 ngày vừa qua?

Nếu trả lời "có" ở bất cứ câu hỏi nào, xin hãy thông báo ngay cho giám đốc của bạn biết.

Chúng tôi cũng phải tuân giữ khoảng cách 6 feet, ngay cả trong phòng họp. Khi rời khỏi văn phòng của mình để đến một văn phòng khác thì phải mang khẩu trang. Sau giờ làm việc, trước lúc ra về, phải dùng thuốc tẩy lau bàn và tay nắm cửa. Và được khuyên phải rửa tay thường xuyên hơn để phòng ngừa bệnh, cùng lúc những chai hand sanitizer loại 2 lít có ở những nơi công cộng.

Hàng ngày theo dõi tin tức thấy tình hình rất kinh hoàng. Mới đến ngày 23/3, thành phố New York đã xác nhận 21.000 trường hợp, khiến nó trở thành tâm chấn lớn nhất của vụ dịch ở Hoa Kỳ. Theo một trả lời phỏng vấn trên YouTube, Bác sĩ / Linh mục Phạm Hữu Tâm đã rời Houston, Texas vào ngày 6/4/2020 để đến New York tình nguyện làm việc 3 tuần tại bệnh viện Elmhurst ở thành phố Queens, nơi được coi là "tâm dịch của tâm dịch" tại Hoa Kỳ, cho biết mỗi ngày trung bình có khoảng 700 người người chết. Số người chết quá đông, không đủ nhà để xác, họ đã phải vận dụng những xe đông lạnh. Còn những xác vô thừa nhận được bỏ vào từng hộp carton, khoảng 75 đến 100 xác được cùng chôn vào một hố lớn tại Hart Island, ở phía đông bắc Bronx, nơi trước đây từng là chốn an nghỉ cuối cùng của những kẻ không nhà… Thêm vào đó, trên khắp cả nước Mỹ, những tin tức về tình trạng thiếu thốn thiết bị / trang phục bảo vệ cá nhân cho những nhân viên y tế, máy thở cho người bệnh… Bệnh nhân quá đông, không đủ giường, thiếu nhân viên y tế nên những người này đã tận lực làm việc quá nhiều giờ. Không được nghỉ ngơi đủ, phải tự cách ly do sợ lây nhiễm cho gia đình, chỉ ghé qua nhà vẫy tay nhìn vợ (hoặc chồng) con từ cửa sổ hoặc face time qua màn hình, số tử vong lại quá nhiều, từ đó dẫn đến trầm cảm, như việc Bác sĩ Lorna Breen (là con gái của một bác sĩ phẫu thuật đã về hưu) làm việc tại phòng cấp cứu New York đã tự tử chết vào ngày chủ nhật 26/4 sau khi đã nhiễm Covid-19, được chữa trị và hồi phục.

Thêm vào đó là tin kỳ thị, đặc biệt ở những vùng đông dân Á châu. Bắt nguồn từ dịch bệnh Vũ Hán, dân bản xứ nghĩ rằng hễ có màu da vàng thì đích thị là người Tàu nên họ thay đổi cách đối xử, hoặc chửi rủa, thậm chí dùng vũ lực. Như chuyện con trai của cựu phóng viên truyền hình Leyna Nguyễn, chỉ vì húng hắng ho đã bị giáo viên gởi xuống văn phòng y tá và không được nhận cho trở vào lớp học trong khi những trẻ da trắng khác cũng bị ho nhưng vẫn yên vị. Như một thính giả lớn tuổi của đài TNT ở San Diego đã kể trên làn sóng, cô bị một thanh niên Mỹ to con hành hung trước cửa tiệm Walmart, vừa đánh vào đầu cô vừa nói "Chinese goes home!" cho đến khi cảnh sát tới can thiệp. Chính nhà văn Trịnh Y Thư cũng trải qua kinh nghiệm này, đã kể lại:

"Hôm qua, tôi lái xe ra chợ mua ít thực phẩm dùng trong những ngày bị nằm nhà do luật tiểu bang, nơi tôi hiện cư ngụ, mới ban hành tuần này: tuyệt đối không được ra khỏi nhà, ngoại trừ đi chợ, ra tiệm thuốc, gặp bác sĩ, vào bệnh viện cấp cứu, và dĩ nhiên nằm bất động trong quan tài cho người khiêng vào nghĩa trang.

Đường sá trống trơn, khác hẳn ngày thường, các khu nhà hàng, mua sắm không bóng người, không xe đậu, quang cảnh lạ lùng đến độ surreal, như trong một cuốn phim khoa học giả tưởng nói về ngày tận thế. Đến một ngã tư, tôi dừng xe chờ đèn xanh. Bỗng có chiếc xe khác trờ tới đậu sát bên cạnh. Có hai gã đàn ông ngồi trên xe, gã ngồi bên ghế hành khách thò hẳn đầu ra ngoài nói gì đó với tôi. Nghe không rõ, tôi bấm nút quay kính xuống. Ngay lúc đó gã nói như quát vào mặt tôi, "Fuck you, Chinaman! Get back to China!" Đoạn chiếc xe gầm rú, vọt lên mặc dù đèn vẫn đỏ." (4)

Tuy nhiên, cũng có những tin thật cảm động. Như việc bày tỏ sự cảm ơn của cảnh sát ở Fort Myers, tiểu bang Florida. "Họ xếp 14 chiếc xe tuần tiểu thành hình một trái tim lớn trên bãi đậu xe của bệnh viện Lee Memorial Hospital. Giữa hình trái tim có 13 cảnh sát viên, mỗi người cầm một mẫu tự, xếp thành hàng chữ "FMPD Thank You". "FMPD" là "Fort Myers Police Department". Xếp xong hàng ngũ, họ cho xe chớp đèn xanh đỏ làm rực rỡ cả khu bệnh viện. Các nhân viên y tế đứng từ cửa sổ các tầng lầu nhận lời cám ơn. Sau đó họ để lại các mẫu tự trên bãi đậu xe vắng ngắt." (5). Như các em học sinh đã vẽ tranh với lời cảm ơn tới những nhân viên y tế, cảnh sát, cứu hỏa… Cộng đồng người Việt tại Hoa Kỳ cũng có những hiến tặng cho quê hương thứ hai này. Tại thành phố Worcester, MA, ông Tony Đức Nguyễn và bà Sarah Dung Võ đã mua lại một kho thiết bị y tế gồm khẩu trang N95, áo choàng y tế, bao tay, và rất nhiều thiết bị bảo hộ cá nhân để quyên tặng cho các bệnh viện trong tiểu bang. May tặng khẩu trang cho các bệnh viện thì có nhóm thiện nguyện của chị Thảo Phạm và chị Kati đã may tặng hơn 2000 khẩu trang cho nhân viên y tế ở các bệnh viện tại Tacoma, Washington. Nhóm của các chị Trinh Phí, Kiều Dung, Uyên Trang tại Little Sài Gòn, Nam California. Vùng đông bắc có nhóm của nhà văn Nguyễn Minh Nữu gồm 18 thiện nguyện viên với chỉ tiêu cung cấp 10 ngàn chiếc cho các bệnh viện… Hỗ trợ phần ăn cho những nhân viên tuyến đầu thì có các nhà hàng Phở Hà Nội, Đồng Quê, Nam Giao, Nha Trang, VN Grill, Green Lotus và các tiệm thức uống Kay's Teahouse, Teahee, Vampire Penguin ở San Jose…

Vâng. Cuộc đời này vẫn còn đẹp với những sự hy sinh, lòng nhân ái, sự biết ơn, … Coronavirus có thể lây nhiễm và giết chết con người. Nhưng mãi mãi nó không thể đụng tới những phẩm chất đáng quý này. Có phải vậy không?

Trần Thị Nguyệt Mai
18/5/2020

Nguồn tham khảo:

(1) https://www.worldometers.info/Coronavirus/?utm_campaign=homeAdUOA?Si

(2) https://www.bbc.com/news/world-asia-china-51364382

(3)   https://www.businessinsider.com/Coronavirus-pandemic-timeline-history-major-events-2020-3

(4) Đại dịch Covid-19, đọc lại La Peste của Albert Camus (3/2020) – Trịnh Y Thư

(5) Cảm ơn (05/2020) – Song Thao

LƯƠNG MINH

Sài Gòn - Việt Nam

CỐ VUI TRONG MÙA DỊCH

Tôi là thằng sợ chết nhất nhưng cứng đầu. Nghe lệnh cách ly là ở nhà răm rắp. Sáng đi vô đi ra, trưa nằm đọc tin trên mạng, gọi điện người này, chat với người kia, bệnh ham đi của tôi bị dừng lại một cách tuyệt đối. Nếu như mấy tháng trước, tuần nào cũng đi xa, ngày nào cũng ra quán cà phê thì lúc này đành thúc thủ! Những người bạn ghiền ngồi quán như tôi thấy vậy liền tạo một nhóm trên face book để cà phê trực tuyến với nhau, hẹn mỗi sáng lúc tám giờ là uống cà phê giao ban. Nhìn trên màn hình, những gương mặt thân thương lần lượt xuất hiện, nào là nhà thơ Dung Thị Vân, Vương Hoài Uyên, Nguyên Tâm, Nhà văn Nguyễn Hải Hà, Đoàn thị Phú Yên, Đoàn thị Kim Liên, Quang Bửu, Kiều Phương... Mỗi người ngồi trước màn hình đem ly cà phê hay ly nước cam ra khoe, xong nói chuyện tầm phào như hôm nay trong nước có bao nhiêu ca mắc bệnh, bao nhiêu ca đã khỏi. Những chuyện thời sự khôi hài trên mạng cũng được nhắc đến nhưng không đào sâu, cười cho quên nỗi đau.

Uống cà phê trực tuyến chỉ là giải pháp tình thế, chứ còn bệnh ghiền quán cà phê thì phải đến tận quán mới trị được. Lệnh của nhà nước cấm tụ tập quá mươi người, có quán lớn dù buôn bán được cũng không dại gì mở cửa, lỡ nhà chức trách bắt được lập biên bản thì bị phạt nhiều triệu đồng, tiền lời không đủ đóng phạt. Hơn nữa, những nhân viên phục vụ tại quán thường ở quê, về nhà chưa kịp lên lấy ai đâu mà phục vụ khách. Có nhiều quán tận dụng thời gian "cách ly" để chỉnh trang lại quán, sửa lại mặt bằng đầu tư xây dựng thêm để khi hết dịch bệnh thì chạy đua với các quán lớn. Các quán cóc ít khách thì không ngại, họ mở cửa cho những thằng ghiền quán như tôi ngồi nhâm nhi, nhìn giọt cà phê chảy chầm chậm xuống cốc.

Chưa có lệnh bỏ "cách ly xã hội" thì có anh bạn phóng viên rủ đi một vòng miền Tây, từ Gò Công qua Bến Tre, đi Đồng Tháp và ra Hà Tiên. Đường quốc lộ vắng tanh, quán ăn cũng vắng, đi đường mà có cảm giác thượng đế ưu đãi cho ta, để mình ta hưởng thụ, vì không bị kẹt xe, không phải chờ đợi. Đến khách sạn nào cũng lưa thưa nên giá cả của ngày chủ nhật lúc đó còn thấp hơn ngày thường!

Về Sài Gòn được hai ngày là có bạn rủ đi Đà Lạt, dịch thì dịch nhưng không cấm di chuyển thì ta cứ đi. Chuyến đi này cũng không khác gì chuyến đi Hà Tiên, đường vắng, khách sạn vắng dù đang trong ngày nghỉ. Đến xứ sương mù đi lên đồi thông thì sợ gì Covid, không khí mát lạnh, người thưa phù hợp với tiêu chuẩn cách ly. Tối buồn muốn đi phòng trà, nhưng phòng trà không có ca sĩ hát vì khách ít quá nào đủ sở hụi để trình diễn, cuối cùng tìm đến quán cà phê ngồi nhìn trăng sao!

Tôi có chứng bệnh huyết áp cao, tháng nào cũng đi bệnh viện tái khám để lấy thuốc uống. Vào đến cổng bệnh viện là phải khai trình có đi du lịch đến những đâu, nước nào? Trời hỡi, đi du lịch trong nước còn "đeo càng" bạn bè đi chơi, chứ nước ngoài thì làm sao có cửa! Rửa tay bằng xà phòng, mặt phải đeo khẩu trang, vào ngồi chờ khám bệnh cũng phải ngồi cách nhau một ghế chứ không được ngồi cạnh nhau sợ lây nhiễm. Người bệnh bao tử, đau thận đến đây tâm hồn cũng dao động đừng nói chi đến những người bệnh cảm sốt ho, căn bệnh bà con với Covid thì có nhiều lo lắng hơn.

Mấy tháng trước, tôi có bản thảo một tập ký dự định sẽ ra vào đầu tháng 6, ấy vậy mà giấy phép có trễ, nhà in thiếu người làm nên in xong muộn. Ngày lấy sách về cũng là ngày có lệnh giãn cách đợt II, đành chở sách về nhà chờ tình hình dịch bệnh bay đi hết mới tính ngày ra mắt sách. Ngày nào cũng có người bệnh ở Đà Nẵng, riêng Sài Gòn thì cũng có những tin đồn nhưng chưa đến nỗi phải cách ly. Mời bạn bè uống cà phê để tặng sách, có người từ chối chờ hết dịch sẽ đến, thế là mời ăn sáng, qua tới tăng hai mới giao được 3 quyển sách, coi như lễ ra mắt sách mini đầu tiên ở Tân Phú.

Thấy có người nhận sách và giới thiệu trên phây, những bạn học cùng trường và vài bạn văn nghệ xúi nên có buổi ăn sáng và cà phê ở nhà hàng quận 5 để nhận sách. Họ còn khuyến cáo nên mời khoảng mươi người cho an toàn và hợp lệ. May là hôm đó có 12 người đến, phát hành được một chục rưỡi do có người không dám đi nhờ nhận sách dùm. Buổi cà phê cũng trò chuyện vui vẻ, mấy chị, mấy cô cũng lựa cảnh chụp hình để nuôi phây, vì cả tháng nay không ai đi xa hay có sự kiện gì xứng đáng để quăng ảnh lên mạng!

Những đồng nghiệp bỏ qua những đợt cà phê vui vẻ, lần này khiếu nại sao không mời họ đi? Trời ạ, như vầy thì oan cho tôi quá. Chị quản trang TPH-VL, người tổ chức các buổi tiệc trà phát hành sách có gọi nhưng khách mời đều có lý do chính đáng. Có người ngày trước nhận lời, sáng hôm sau cáo lỗi. Thì thôi, ai cũng phải giữ gìn sức khỏe, phải giữ lấy thân mình, ham vui chi rồi lỡ mang mầm bệnh về nhà làm khổ vợ con! Quan điểm của tôi thì trái lại, cố gắng giữ vệ sinh chung đến mức tối đa, giữ khoảng cách an toàn, còn làm việc ngoài đường thì phải thực hiện, dù lưỡi hái thần chết giơ cao trên đầu! Ai có biết thời gian nào là hết dịch mà chờ. Cũng như đợt một, Bộ Y tế tuyên bố khống chế được dịch thì không bao lâu Đà Nẵng lâm vào cảnh bị cách ly toàn thành?

Nếu như ở miền Trung là mối lo ngại dịch bệnh thì các tỉnh ĐBSCL vẫn yên tĩnh. Xe đò, quán xá vẫn hoạt động bình thường. Đứa em gái tôi-Lương Nguyệt Hồng nhắn, anh đem sách ế về Vĩnh Long em bán hộ cho. Như người chết đuối gặp được phao, tôi đồng ý ngay mà không cần suy nghĩ.

Mùa dịch thì sự gặp gỡ cũng ít người thôi, nhất là không gian phải rộng rãi thoáng mát. Nguyệt Hồng chọn cho tôi quán cà phê Nâu ở Phạm Thái Bường thành phố Vĩnh Long để gặp mặt bạn bè. Cô ấy không phải là nhà tổ chức chuyên nghiệp nhưng cũng chọn cho tôi một phòng riêng để gặp gỡ anh em ở Hội văn nghệ tỉnh, một phòng rộng khác cho các bạn học cùng trường, có nhờ một cô bạn học trường Tống Phước Hiệp xưa đứng ra tiếp khách, còn Nguyệt Hồng thì đón các học viên lớp Yoga của cô. Tổng cộng ba nơi cũng hơn bốn chục người. Ở Vĩnh Long thì không khí phòng dịch không căng thẳng như ở Sài Gòn, nhưng không phải người dân không ý thức. Có nhiều người viện cớ mình cảm ho đi đến nơi sợ bà con lo ngại nên không đến, nhưng cuối cùng nghe ở quán đông vui nên cũng chạy lại dự 15 phút, có mặt rồi về để khỏi ân hận! Tôi vui mừng bởi bạn đã vì mình mà đến nhưng nghĩ rằng phải chăng vi rút chỉ đến với người ở lâu, còn người đến một phút Cô Vy đeo bám theo không kịp?

Cuối cùng là việc phát hành sách cho khách, tặng sách cho bạn bè coi như tạm xong tuy phải tốn nhiều công sức và chi phí. Nếu tính quy mô thì đây chỉ là những trận du kích ra mắt sách lẻ tẻ nhưng cộng lại số người nhận sách thì không thua một tác giả lớn nào. Nói chung là nhờ bạn bè thương, chứ mình là cái thá gì mà mọi người phải vượt hiểm nguy để chung vui với tôi trong mùa đại dịch. Nhớ lại, tôi nghĩ mình hơi liều mạng, nhưng phải như thế thôi chứ ai biết bao giờ người đẹp Cô Vy chịu rời bỏ quả đất này ra đi vĩnh viễn (?)

Lương Minh
9/9/2020

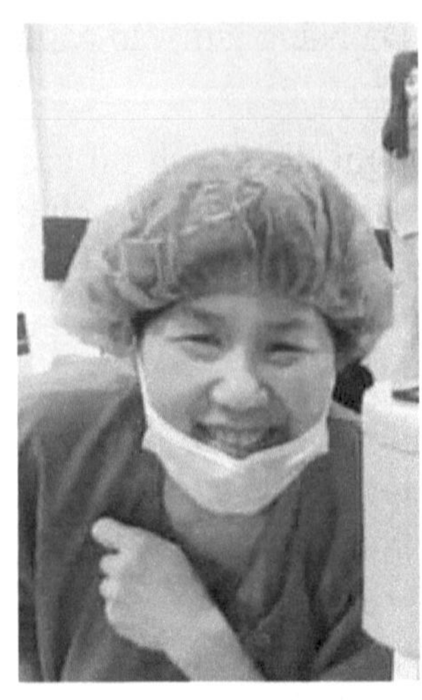

MINH NGỌC

New York - Hoa Kỳ

NỖI CÔ ĐƠN CỦA ĐÁ

Anh trở lại sở sau giờ ăn trưa. Mở computer lên, khuôn mặt cô tươi mát với nụ cười rạng rỡ sáng rực cả màn hình. Anh bắt đầu làm tiếp công việc dở dang, vừa làm vừa nghĩ tới cô. Còn hai tháng nữa tới ngày cưới, không biết cái dịch này có hết không nhỉ? Hai người đã chuẩn bị đầy đủ, thiệp mời đã gởi đi. Cô đã nhận được tấm áo cưới ưng ý từ nhà may áo cưới, chắc là đẹp lắm nhưng cô nhất định không muốn cho anh thấy, cô bảo chú rể thấy áo cưới trước hôn lễ sẽ xui. Anh hồi hộp nôn nao mong chóng tới ngày ấy để thấy cô lộng lẫy trong tà áo trắng tinh khôi.

Chẳng may cái dịch quái ác này từ đâu lan tới. Lúc đầu anh cũng như nhiều người nghĩ nó sẽ qua đi như cúm, nhưng những con số nhảy lên từng ngày khiến thiên hạ bắt đầu hoang mang, đua nhau mua sắm, tích trữ. Anh và cô vẫn bình tĩnh tự tin, chờ dịch qua. Những người bệnh nặng và chết đa số là người già hoặc bệnh tật, mình trẻ trung khoẻ mạnh, cố gắng giữ gìn và chờ đợi, hy vọng sẽ không ảnh hưởng tới ngày vui.

Bỗng đâu ông giám đốc xuất hiện, vỗ hai bàn tay vào nhau để gây sự chú ý. Anh và mọi người đang say sưa làm việc giật mình ngẩng lên. Vị giám đốc thường ngày quyết đoán nhanh nhẹn hôm nay có vẻ lo lắng hiếm thấy. Ông mở đầu, giọng ngập ngừng:

- Tôi muốn đích thân báo cho các anh chị mà không muốn dùng email.

Cả phòng nín thở. Sở sắp giải tán chăng, hay sáp nhập vào công ty khác? Hay là sắp cho nghỉ việc hàng loạt?

Trước những con mắt đăm đăm nhìn xoáy vào ông chờ đợi, vị giám đốc hắng giọng, rồi đắn đo một phút trước khi nói tiếp:

- Tôi xin nói trước là các anh chị không nên hoang mang lo sợ.

Lại ngưng. Gian phòng lặng ngắt tưởng cây kim rớt cũng nghe vang dội.

Ông tiếp tục, nhỏ giọt từng chữ một cách khó nhọc:

- Một nhân viên trong sở chúng ta vừa có kết quả dương tính với Coronavirus.

Mọi người ồ lên xôn xao lo lắng. Ông giơ tay ra hiệu im lặng, rồi tiếp, giọng buồn bã:

- Tôi đã nhận được huấn thị từ Sở Y tế. Bắt đầu từ bây giờ, tất cả phải về nhà tự cách ly, không được tiếp xúc với ai cả trong mười bốn ngày. Nếu thấy sốt, ho hay đau họng phải liên lạc ngay với cơ sở y tế để được hướng dẫn tiếp.

Không khí lặng đi, bàng hoàng. Ông giám đốc thêm:

- Tôi sẽ rất hoan nghinh nếu các anh chị có thể làm việc được ở nhà, tuy nhiên chỉ trên tinh thần tự nguyện, không bắt buộc. Tôi mong gặp lại tất cả sau hai tuần.

Đó là câu nói thật lòng, không khách sáo, tất cả nhân viên đều hiểu cái ý nghĩa đằng sau. Họ trao nhau những cái nhìn lặng lẽ, lục tục sắp xếp đồ đạc ra về.

*

Anh cặm cụi làm việc trên computer trong căn apartment độc thân của mình. Trong tủ đông chứa đầy các món ăn đông lạnh, đói thì bỏ vào microwave hâm lại mà ăn. Bên ngoài thỉnh thoảng có tiếng còi xe cấp cứu rồi lại tĩnh mịch hoàn toàn. Anh đã bước sang tuần thứ hai, chưa nghe tin có đồng sự nào mắc bệnh, nhưng những con số tăng dần khiến thành phố ban lệnh giới hạn đi lại, hầu hết sở làm đóng cửa, tất cả tiệc tùng dẹp bỏ. Bây giờ nếu anh không cách ly thì hai người cũng chẳng gặp nhau được. Anh nhớ cô cồn cào.

Chuông Facetime vang lên. Gương mặt cô tươi tắn hiện ra, nũng nịu:

- Nhớ em không?

- Nhớ lắm.

- Xạo kìa.

- Vậy chớ em có nhớ anh không?

- Không nhớ thì gọi làm chi.

Anh cười.

Cô lại sắp hỏi anh khoẻ không, có sốt có ho không, có gì để ăn không. Anh sẽ trả lời có – không – không – và có. Rồi hai người tiếp tục nói chuyện những nhà hàng quen sẽ trở lại ăn sau dịch, những cuốn phim hay sắp chiếu khi rạp hát mở cửa trở lại, nói chuyện đám cưới. Để rồi sau khi tắt Facetime, trở lại với sự lặng ngắt của căn phòng, anh càng thấy cô đơn, càng nhớ cô hơn.

Làm việc tới khuya, anh tắt đèn đi ngủ. Bỗng anh thấy cổ họng đau đau. Anh ngồi dậy, đi ra tủ lạnh rót nước uống rồi trở lại giường ngủ. Gần sáng anh giật mình thức dậy, đầu nhức như búa bổ, người ớn lạnh khó chịu. Anh đi lấy một viên Motrin uống rồi nằm nghỉ, chắc hôm nay không làm việc được rồi.

Anh ngủ vùi tới quá trưa, tỉnh dậy không thấy đỡ, ăn một chút súp đóng hộp Campbell rồi uống thêm một viên Motrin. Khi cô gọi, anh không nói chuyện được nhiều vì cổ họng đau rát, anh cố trấn an cô rằng có lẽ vì anh thức khuya làm việc, mai chắc sẽ khoẻ hơn.

Buổi tối ngực anh ran ran, anh muốn ho mà phải nén lại vì vừa dợm ho là ngực đau tức không chịu nổi. Cả đêm anh trở mình bên nào cũng đau và khó chịu, ngực đau đến mức không thở được. Anh hít Albuterol mấy lần vẫn không thấy đỡ. Chờ mãi tới chín giờ sáng để gọi văn phòng bác sĩ vẫn trị bệnh suyễn cho anh, vị bác sĩ chăm chú lắng nghe, hỏi anh về người đồng sự mắc Covid-19 ở sở. Anh bảo không biết đích xác là ai nên không thể nói là có gần người ấy nhiều không. Vị bác sĩ bảo:

- Anh phải đi cấp cứu.

Anh cãi:

- Chắc tôi bị cúm thôi mà bác sĩ, vài ngày là hết có chi đâu.

Vị bác sĩ nghiêm nghị:

- Không, anh nghe tôi, đừng coi thường. Tôi gọi phòng cấp cứu bệnh viện của tôi ngay bây giờ, khi anh đến họ sẽ ra đón anh. Anh tự lái xe được không? Được? Tốt, đi liền nhé. Đừng vào cổng A, phải vào cổng B.

*

Anh tự lái xe đến phòng cấp cứu bệnh viện, tự đậu xe xong, cố gắng nén cơn đau ngực, khó nhọc bước vào cổng B như bác sĩ đã dặn. Người bảo vệ đeo khẩu trang, găng tay chẳng khác bác sĩ phẫu thuật trên phim, chận anh lại hỏi, anh khai bác sĩ bảo đi cấp cứu ở cổng này. Anh ta hỏi tên rồi bốc điện thoại gọi vào. Chừng một phút sau, một đoàn bốn năm người trùm kín mít từ đầu tới chân như phi hành gia vội vã đẩy một chiếc băng ca ra, bắt anh nằm lên rồi đẩy nhanh vào phòng. Họ nhanh chóng gắn các thứ phụ tùng lên người anh để các con số nhịp tim, huyết áp, và độ bão hòa oxygen hiện lên trên màn hình. Một người nhìn lên các con số rồi bảo cho chụp mặt nạ dưỡng khí lên mặt anh. Hơi oxygen mát lạnh phả vào mũi và miệng khiến anh dễ chịu hơn một chút. Một người lấy nhiệt độ của anh vừa xong, họ đem đến hai viên Tylenol cho anh uống. Hai người khác cũng vừa đặt xong đường truyền tĩnh mạch, một bao muối sinh lý nhỏ giọt theo ống nhựa dài mảnh mai chảy vào người anh. Một người nữa dùng que dài có bông gòn ở đầu như Q-tip chọc vào trong mũi anh rồi bỏ vào ống nghiệm đóng nắp lại. Xong xuôi, họ đi ra khỏi phòng. Một người đẩy chiếc máy cồng kềnh vào phòng, đặt một tấm hình vuông dưới lưng anh, điều chỉnh máy ngay bên trên người anh, lui ra ngoài cửa, tay bấm chiếc nút đang cầm một tiếng "tách" khô khan, rồi anh ta lấy tấm vuông ấy ra, đặt bên hông anh, lại bấm thêm một cái nữa. Anh ta đem tấm vuông ấy bọc vào một cái bao để riêng, đẩy cái máy ra ngoài, đóng kín cửa.

Anh còn lại một mình, cô đơn khủng khiếp trong không gian lặng như tờ, chỉ có tiếng tic tic đều đặn uể oải nhịp tim của anh trên màn hình. Anh cảm thấy yếu mệt, đầu óc mụ mị, nhưng anh vẫn nhớ cô, nhớ da diết, anh ước gì có cô bên cạnh trong lúc này. Cô sẽ dịu dàng ngồi xuống bên anh, cầm tay anh âu yếm, hôn lên trán anh, vuốt tóc cho anh. Chỉ cần nhìn thấy gương mặt tươi tắn của cô anh sẽ thấy khoẻ lại trăm phần.

Bỗng anh hoảng sợ. Lỡ mình bị Corona thì sao? Mình còn trẻ thế này làm sao mắc bệnh dễ dàng như vậy. Chắc bị cúm rồi cơn suyễn nó hành thôi mà.

*

Người nữ bác sĩ lo lắng nhìn vào con số màu xanh dương trên màn hình. Mỗi lần nó tuột xuống dưới 90, cô lại bảo điều dưỡng tăng dần nồng độ oxygen. Trên phim, anh bị viêm phổi lan tỏa khá nặng. Cô đã lặng người trông thấy kết quả dương tính cho Covid-19. Cô đã gọi cho cha mẹ anh ở một tiểu bang khác thông báo về bệnh tình của anh và cẩn thận chuẩn bị tinh thần cho họ sẵn sàng với tình huống xấu nhất. Cô khuyên họ không nên bay qua đây vì họ ở lứa tuổi nguy cơ cao nếu nhiễm bệnh, vả lại họ cũng không được phép vào thăm anh. Tiếng người mẹ sùi sụt ở đầu dây bên kia ám ảnh cô ngày đêm, cảm thấy cái bất lực của một người thầy thuốc trước kẻ thù quá hung hãn.

Khi cô báo tin cho anh, anh nhìn cô bằng ánh mắt yếu ớt nhưng bình thản lạ thường như anh đã tự biết rồi vậy. Anh ra dấu về phía chiếc iPhone trên bàn cạnh giường. Cô cầm lấy đưa cho anh, anh mở lên, chỉ cho cô xem gương mặt sáng rỡ của cô gái trên màn hình rồi áp vào ngực. Lúc này, hai giọt lệ mới ứa ra từ khoé mắt chàng trai.

Cô đoán người con gái có lẽ là người yêu của anh, vì trong hồ sơ, tên người thân để liên lạc là cha mẹ chứ không phải vợ. Cô cố gắng nói mấy lời trấn an anh, nhưng anh chỉ nhắm nghiền mắt, lệ lại ứa ra.

Trong mấy năm làm ở khoa Săn sóc đặc biệt, cô đã chứng kiến bao nhiêu tình huống éo le bi thảm, cô vẫn chưa thể chai lì được. Cô vẫn khóc khi bó tay trước một cái chết, vẫn vui mừng khi cứu được một mạng người. Từ lúc bắt đầu đối phó với dịch, cô đã gặp nhiều trường hợp tuyệt vọng hơn là hy vọng với con virus tung hoành chưa có thuốc chữa. Mỗi ngày qua, số bệnh nhân tăng lên dồn dập, nhiều lúc khiến cô cảm thấy tối tăm, nhưng vẫn tự nhủ phải cố gắng, cứu được người nào hay người đó. Một cuộc chiến không cân sức giữa con virus nhỏ bé nhưng tàn bạo và đội ngũ thầy thuốc hùng hậu với nền y tế hiện đại nhưng chưa tìm ra đối pháp.

Bỗng con số màu xanh dương tuột xuống, chớp báo động

inh ỏi. Cô đứng bật dậy, bấm cái nút to màu xanh trên tường rồi mở cửa chạy vụt vào phòng, rút quả bóng oxygen cấp cứu trên đầu giường, áp mặt nạ lên mặt chàng trai, bóp bóng liên tục đẩy oxygen vào phổi. Hai điều dưỡng chạy tới, đẩy xe thuốc cấp cứu đến trước cửa phòng, nhanh nhẹn bẻ khóa, mở ngăn kéo lấy ra ống thở và đèn đặt nội khí quản cho cô. Cô mau chóng đặt ống thở, nối với máy thở bên cạnh giường. Con số màu xanh dương vọt lên 85 nhưng không lên nữa dù cô đặt oxygen 100%. Cô thở dài, bước ra ngoài, tháo bộ đồ trang bị, gỡ bỏ khẩu trang, rửa tay với xà bông, rồi bước lại bàn làm việc, bấm số gọi cha mẹ của anh.

Hết phiên trực lúc bảy giờ tối, cô thay bộ đồng phục, chuẩn bị về nhà. Khi bước ra hành lang, qua cửa khu Săn sóc đặc biệt, cô thấy một cô gái khóc lóc năn nỉ anh bảo vệ nhưng anh ta liên tục lắc đầu. Cô nhìn kỹ, đúng là cô gái trong iPhone của chàng trai. Cô tiến đến hỏi có phải cô đến thăm người ấy không, cô nức nở gật đầu. Cô bảo cô gái đi cùng với mình xuống thang lầu, ra khỏi bệnh viện. Cô nhẹ nhàng giải thích rằng cô là bác sĩ điều trị cho anh ấy nhưng cô không thể nói gì về tình trạng của anh ấy vì theo luật cô chỉ được phép thông báo và bàn bạc với thân nhân gần nhất của anh, tức là cha mẹ anh. Cô khuyên cô gái nên giữ liên lạc với cha mẹ anh để biết tin tức. Cô gái òa khóc, bảo cô vừa nói chuyện với mẹ anh hôm nay, chính vì vậy cô đánh liều tìm cách vào mong thấy mặt anh một lần cuối. Cô sụt sùi tiếp:

- Chị không biết đâu, từ lúc anh ấy vào đây, chiều nào em cũng tới ngồi trên chiếc ghế đá bên dưới cửa sổ khoa Săn sóc đặc biệt. Chỉ có chỗ đó gần với anh ấy nhất. Nếu ngồi nhà em sẽ phát điên. Em ngồi đó, hy vọng bằng tâm linh anh ấy cảm thấy sự có mặt của em, thấy bớt cô đơn. Anh ấy sợ sự cô đơn lắm. Mà căn bệnh Corona và cái chết Corona nó cô đơn khủng khiếp, chị thấy không? Không người thăm viếng. Không một bông hoa. Không đám tang, không người đưa tiễn.

Người nữ bác sĩ lặng người. Từ lúc quay cuồng đối phó bệnh dịch quái ác, cô chưa hề có giây phút ngồi lại để nghĩ đến điều này. Hàng ngày cô nhìn vào những gian phòng đóng kín, bên trong có người bệnh nằm im lìm, ngực phập phồng theo máy thở, cô chỉ chú ý màn hình với những chỉ số oxygen, nhịp tim, huyết áp, còn người bệnh có cảm giác gì không?

Cô gái nghẹn ngào:

- Em nghe mẹ anh ấy báo là anh ấy phải nằm máy thở, em rụng rời tay chân, chạy ngay vào đây, em quyết gặp anh ấy một lần, dù bị lây bệnh em cũng cam. Em không nỡ để anh ấy cô đơn mãi mãi.

Người bác sĩ khuyên bảo cô nên bình tĩnh, đừng nghĩ quẩn, anh ấy còn trẻ, có thể có hy vọng. Cô gái lau nước mắt, tươi lên một chút;

- Thật hả chị? Chị cố cứu anh ấy cho em. Em đội ơn chị suốt đời.

Cô gái chào từ giã, đi ra garage đậu xe. Người bác sĩ đứng nhìn theo cái dáng mảnh mai đi hăng hái xa dần, lòng cắn rứt vì mình vừa nói dối, nhưng cũng tự trấn an rằng lời nói dối của mình biết đâu sẽ giúp cô gái đêm nay có một giấc ngủ ngon nhiều mộng đẹp.

*

Chàng trai suy yếu dần dần. Những chỉ số liên tục xấu đi. Máy thở và oxygen không giúp được hai lá phổi bị hư hại. Gan và thận suy nặng. Mọi người trong khoa Săn sóc đặc biệt nhìn nhau u ám, lắc đầu. Người bệnh không còn hy vọng gì cứu nổi. Đặt ECMO chỉ giúp kéo dài sự sống leo lét như ngọn đèn cầy đã cạn. Mỗi tối, lúc bảy giờ hết phiên trực, người nữ bác sĩ ra về, không khỏi liếc nhìn chiếc ghế đá có dáng dấp mảnh mai của người con gái đang ôm ấp những hy vọng mong manh, lòng đau như cắt. Cô không có can đảm đến hỏi thăm cô gái vì biết mình không thể nào nói dối được nữa.

Cha mẹ anh liều lĩnh quyết định bay sang để tự tay ký giấy rút trợ sinh cho con. Người cha tỏ vẻ cứng cỏi nhưng sau khi đặt bút ký ở dòng gạch ngang vô tri trên tờ giấy, ông đã òa khóc rưng rức. Tiếng khóc của người đàn ông cao lớn rắn rỏi với mái tóc bạc vang lên trong căn phòng lặng ngắt xé lòng người bác sĩ. Cô quay mặt đi để giấu đôi mắt ướt đẫm của mình.

Người cha cuối cùng cố trấn tĩnh, sửa soạn một tư thế đường hoàng bước ra gặp vợ ngồi chờ bên ngoài đang sùi sụt khóc. Bà ngước đôi mắt đỏ hoe nhìn ông, ông lặng lẽ gật đầu. Hai vợ chồng già ngồi cạnh nhau, nắm tay chờ đợi.

Khi người nữ bác sĩ bước ra báo với hai ông bà là người con trai đã được ghi nhận tử vong sau khi rút trợ sinh, trái tim trẻ trung của anh ngừng đập mãi mãi, hai ông bà lại bật khóc rồi đứng dậy dìu nhau bước ra khỏi khoa Săn sóc đặc biệt, những bước chân run run xa dần. Phía cuối hành lang, một người con gái mảnh mai đứng chờ, ôm chầm lấy hai ông bà. Hình như cả ba người cùng òa lên khóc.

Bảy giờ tối hôm đó, người nữ bác sĩ ra về, theo thói quen cô nhìn về chiếc ghế đá để tìm dáng dấp mảnh mai quen thuộc. Nhưng chỉ có ghế đá im lìm lạnh lẽo. Chẳng biết đá có cô đơn?

Tháng 3/2020

CUỐI MÙA DỊCH

Có vẻ như bọn Coronavirus tạm hưu chiến ở New York, những con số tuột xuống mỗi ngày. Thống đốc Cuomo và các thống đốc Đông Bắc cho phép mở bãi biển trở lại cùng một số hoạt động kinh doanh, dĩ nhiên vẫn theo đúng luật cách 6 feet và mang khẩu trang, rửa tay sát trùng...

Hai tuần nay, các khoa phòng bệnh viện không còn bệnh nhân Covid-19, dọn dẹp tẩy rửa, trở về trật tự cũ: khoa nội soi, cath lab, các khoa Nội Ngoại. Suốt hai tháng chống dịch, toàn bệnh viện biến thành trại Covid-19, trước mỗi khoa, cánh cửa đóng kín có người gác, những ngăn kệ chất đầy các bao đựng đồ bảo hộ của nhân viên đề tên từng người, chiếc bàn dài sắp ngăn nắp những hộp khẩu trang đủ loại, găng tay, áo choàng, kính che mặt, nhân viên ra vào rộn ràng, che trùm kín mít. Bây giờ đi ngang hành lang trống trải, không khí thanh bình quang đãng như chưa từng có mấy tuần xáo động, tự nhiên lòng thấy bâng khuâng. Số bệnh nhân Covid-19 nặng chỉ còn đếm trên đầu ngón tay, đủ nằm trong ICU, không cần mượn thêm khoa khác, bệnh nhẹ đủ nằm trong một khoa. Khu phòng mổ và hậu phẫu trước đây là Covid-19 ICU giờ trống trơn, cả tuần nay không có bệnh nhân Covid-19 nào cần lên bàn mổ, toàn khu dọn dẹp tẩy trùng, sắp đặt lại thiết bị phẫu thuật để tuần sau mở lại mổ chương trình. Theo đúng chỉ thị của Thống đốc, phòng mổ và các khoa chỉ được hoạt động 70-75%, để dành giường và phòng trống chuẩn bị dịch tái phát đợt hai. Các nhân viên tình nguyện đã rời New York từ hai tuần trước.

Còn nhớ, lúc dịch mới phát, nhân viên xôn xao căng thẳng, chỉ biết là con virus có thể gây chết người nhưng chưa biết sẽ phải đối phó ra sao, cứ nhào vô cấp cứu chủ yếu về hô hấp, xin tiểu bang viện trợ máy thở liên tục, may mà đủ dùng. Bệnh nhân mới đầu bị suy hô hấp, đặt máy thở vẫn không cứu được hết - bệnh nhân nào hồi phục cũng mất 3-4 tuần, nhiều bệnh nhân tử vong, ECMO cũng không hiệu quả, khi phổi đã đông cứng thì không sao trở lại bình thường được nữa. Về sau, phát hiện thêm rối loạn đông máu gây suy đa cơ quan, nhiều người có bệnh cảnh DIC (disseminated intravascular coagulation) vốn chỉ thấy trong những trường hợp nhiễm trùng huyết nặng. Nhiều bệnh nhân suy thận, một số suy gan và suy tim. Chữa bệnh này chủ yếu vừa làm vừa rút kinh nghiệm lâm sàng để chữa tiếp, vì như đã nói, Trung Quốc có kinh nghiệm chống dịch 3 tháng nhưng chẳng tiết lộ thông tin gì giúp ích thế giới, giữ kín như bưng, để mặc mọi người loay hoay tự tìm hiểu. Hậu quả là bệnh nhân nhập viện hồi tháng Ba tử vong ào ào vì toàn mày mò chữa triệu chứng. Từ cuối tháng Ba, các bác sĩ bắt đầu hình thành kế hoạch cụ thể hơn căn cứ vào những kinh nghiệm bước đầu - không chữa theo phác đồ ARDS nữa mà hỗ trợ hô hấp bằng BiPAP hay CPAP, chỉ đặt nội khí quản khi bệnh nhân thực sự suy hô hấp nặng cần thở máy, cho xét nghiệm chức năng đông máu thường xuyên để phát hiện sớm và chữa kịp thời bằng thuốc kháng đông alteplase (tPA). Các thuốc thử nghiệm hydroxychloroquine, remdesivir, leronlimab được áp dụng, có còn hơn không. Chưa bao giờ thấy FDA duyệt nhanh và nhiều như vậy, phê chuẩn ào ào đủ loại thuốc và xét nghiệm. Nhiều chương trình nghiên cứu thử luôn thuốc kẽm, pepcid, sinh tố D... nói chung nghĩ ra được món gì khả dĩ chống được con virus này là thử hết. Bệnh nhân và gia đình bệnh nhân được đề nghị thử thuốc gì cũng gật đầu, biết đâu công hiệu thì sao! Rốt cuộc chẳng biết nhờ các biện pháp phòng ngừa, nhờ thay đổi cách điều trị hay nhờ các thứ thuốc chữa bá bệnh mà các bệnh nhân tháng 4 hồi phục nhanh chóng, xuất viện ào ào, tinh thần làm việc của bác sĩ, điều dưỡng phấn chấn hẳn, thừa thắng xông lên. Trên tường bệnh viện xuất hiện tấm bảng đen ghi bằng phấn, mỗi ngày thay đổi con số xuất viện, lên tới trên con số ngàn. Hai trại cấp cứu dã chiến trong sân bệnh viện đã dỡ bỏ bớt một, còn giữ một trại tuy trống nhưng để phòng đợt dịch thứ hai. Đội cấp cứu đường thở đâm ra "thất nghiệp", nhiều ngày ngồi ngáp ruồi chẳng ai gọi, bèn phân vào phòng mổ. Phòng mổ "sạch" (Covid-19 âm tính) ngày càng bận rộn, làm việc toàn thời gian.

Tuần qua là tuần đầu tiên phòng mổ "sạch" đạt 75% số phòng hoạt động. Các anh chị BS Ngoại khoa và điều dưỡng phòng mổ chính thức không còn làm việc ở Cấp cứu và ICU nữa, trở lại với áo mũ dao kéo, BS Gây mê thôi không còn chạy đi cấp cứu đường thở, trở lại với máy móc thuốc men. Mọi người gặp lại nhau trong phòng mổ, mừng mừng tủi tủi nhưng không ôm nhau được (vì còn phải cách 6 feet), điểm danh ai còn ai mất. Trong phòng mổ robotic, tuy tránh không nhắc tới, nhưng ai nấy đều ngậm ngùi cảm thấy sự thiếu vắng. Ken Whitney, anh phụ tá phẫu thuật robotic còn trẻ, khoẻ mạnh, thường xuyên chơi thể thao và chạy bộ mỗi ngày, lại nhiễm bệnh nặng vì con Corona chỉ sau 1 tuần chống dịch. Anh bị khó thở, đau ngực, nhập viện đặt ống thở không hiệu quả, chuyển sang ECMO 3 tuần nhưng cứ nặng dần, suy gan thận, trụy mạch. Lúc bệnh viện có huyết tương, đem chữa cho anh đầu tiên nhưng anh vẫn không qua khỏi. Trong bệnh viện, đồng nghiệp đều yêu mến anh vì tính tình vui vẻ, hào hiệp, dễ dãi. Hôm anh mất, nhân viên túm tụm ngồi khóc với nhau. Không có tang lễ, họ hẹn nhau trưa thứ bảy tuần đó đến khu nhà anh diễu hành bằng xe.

Một trường hợp kỳ diệu đã cứu bệnh viện khỏi một cái tang nữa, là BS. Shubach Ngoại lồng ngực. Ông lớn tuổi, nhỏ người, ốm yếu, nhiễm Covid-19 nặng nằm ICU. Tuy bị suy hô hấp, ông từ chối không cho đặt ống thở mà nhất định dùng Bi-PAP thôi vì kinh nghiệm chống dịch ông thấy bệnh nhân không cải thiện với máy thở. Cuối cùng ông cũng bình phục, xuất viện, đi làm trở lại ngay lập tức mặc dù được cho nghỉ thêm đến khi khoẻ hẳn, nghĩa là tiếp tục trực ICU chống dịch vì Ngoại lồng ngực không được mổ thường quy trong mùa dịch. Buổi sáng hôm đó tôi đi thang bộ lên lầu 4 (lầu mổ) để vào locker thay đồng phục, gặp ông đi trở xuống (ông già gân không thèm đi thang máy!), mừng quá reo lên "Ôi, ông trở lại rồi!", ông cười hiền không nói chi cả.

Trở lại với hoạt động bình thường trong bệnh viện, là điều vẫn ao ước hàng ngày khi đang vất vả đối phó với bệnh nhân la liệt khắp nơi, vậy mà lại bùi ngùi tiếc nuối! Nhớ không khí căng thẳng, mọi người tất bật làm việc trong trang phục kín mít, những ánh mắt trao đổi thầm lặng qua kính bảo hộ - lo lắng, hy vọng - khi các chỉ số nhảy lên xuống trên màn hình, gương mặt thất thần của bệnh nhân dán mắt vào các nhân viên như cầu cứu. Từ chỗ hoang mang lo sợ những ngày đầu, mọi người trở nên thuần thục, hăng hái, quên cả nguy hiểm dốc sức cứu chữa từng sinh mạng, tự nhiên cảm thấy những ngày giờ làm việc của mình có một ý nghĩa nào đó, không chỉ là một công việc lãnh lương hai tuần một lần. Có những cô điều dưỡng phòng mổ nhỏ nhắn mảnh mai mà xung phong vào đội "proning" (xoay bệnh nhân nằm sấp nhiều lần một ngày vì tư thế này giúp phổi hồi phục nhanh hơn) trực cả thứ bảy chủ nhật, mặc dù hầu hết bệnh nhân nặng đều to béo quá khổ.

Một điều tôi biết chắc, khi dịch tái phát, đội ngũ y tế nay đã dày dạn kinh nghiệm, sẵn sàng đương đầu với con virus ghê gớm, các trang bị bảo hộ tích trữ đủ dùng nhiều tháng, máy thở và thiết bị hô hấp được cung cấp quá số lượng cần dùng nằm trong kho chờ sẵn. Chúng tôi không còn sợ nó.

Xông pha như vậy mà xét nghiệm tôi vẫn âm tính mới hay! Bệnh viện có chương trình thử kháng thể cho toàn bộ nhân viên, ngày mai đi thử coi sao nè!

Minh Ngọc
17-5/2020

2020 - Tranh Trương Vũ
Sơn dầu trên vải

NGUYỄN MINH NỮU

Virginia – Hoa Kỳ

Ở NHÀ MÙA DỊCH

Xem tranh

Đứng trên đỉnh núi nhìn qua núi
Đìu hiu mây trắng níu chân chim
Về đây ta đã như cây cỏ
Ngắm bóng hoàng hôn lặng lẽ chìm.

(Xem tranh Lặng Lẽ của Đinh Trường Chinh)

Đọc truyện

Ghế đá dường như có trái tim
Đường khuya nhói lạnh bước chân đêm.
Cúi đầu thật thấp trong sương giá
Cảm tạ đời trong vạn nỗi niềm..

(Đọc truyện Nỗi Cô Đơn Của Đá của Minh Ngọc)

Nghe nhạc

Vọng tới những âm hao
Người ngồi như hóa đá.
Xưa chỉ là thưởng thức
Mà nay là sẻ chia
Ca từ rơi nước mắt
Âm điệu xót ruột gan
Nhớ điều không đáng nhớ
Để rơi vào mênh mang.

Chuyện trò trên mạng

Sài Gòn xa, mà sao gần quá đỗi.
Như nắng chói ban ngày, như bóng tối ban đêm
Như ngón tay khô lùa tóc trong đêm
Và như cả mùi hoa bên thềm vọng lại.
Sài Gòn xa, mà sao gần quá đỗi
Bởi trái tim người có một lối đi riêng.
Ta nhìn thấy nhau chia sẻ nỗi oan khiên.
Chỉ có thế. Những đường biên giới ảo
Hãy tự giữ gìn và cõi riêng cô tịch
Chỉ có một mình và ký ức xôn sao.

Đọc thơ

Những cánh cửa xưa đóng lại rồi.
Trên phone còn giọng nói xa xôi
Thèm ly vang đỏ đồi sương trắng
Thèm được hồn nhiên rộn rã cười.

(Đọc bài thơ Bốn Năm Sau Ngày Anh Đinh Cường Ra Đi
của Phạm Cao Hoàng)

Đi dạo

Che mặt bằng khẩu trang
Chân mang giầy đi bộ
Đi nhanh quanh khu phố
Vắng bóng người lang thang
Hoa rợp bờ hiu quạnh
Nắng thấp bờ tây phương
Một bóng cây vất vưởng
Một bóng người tha hương.

(Tháng 4/2020, qua rừng Belinger)

Còn và mất

Người hát "Tình Hoài Hương" đã mất
Mà "Tình Ca" vẫn tha thiết "tôi yêu"
Ngắt nhánh hoa hồng bên vườn nhỏ
Tiếc nuối đời sau tiếc nuối nhiều.

(Ca Sĩ Thái Thanh từ trần ngày 17/03/2020)

Nhớ bạn

"Níu cao nguyên" xuống không tìm được (*)
Khuya ôm đàn hát tráng bi ca.
Bên hồ thông dựng như quân đứng
Gươm cùn, ngựa mỏi gối phong ba
Bên đồi nhớ lắm chiều hôm ấy
Dáng người như một bóng mây xa

(*) Với tay cao hết sức mình. Níu cao nguyên xuống để nhìn thấy em. Thơ
Nguyễn Dương Quang. NDQ mất ngày 29/04/2020)

Đùa nghịch với màu

Khi vẽ một dòng sông
Nhìn như một cánh đồng
Điểm thêm vài nhánh lúa
Thành hoa vàng mênh mông.

Đôi mắt đậm mầu nâu
Thêm chút xanh lá mạ
Mặt người sao thấy lạ
Mang tia nhìn yêu ma
Trắng nhạt làm sương bay
Phủ thân người huyền hoặc
Những thần linh giấu mặt.

Ẩn mật qua kẽ tay
Đêm hóa thành cánh bướm
Hỏi người, em có hay.

Tháng 5/2020

SƯ ÔNG CHÙA NÚI

1.

Ở khu vực núi đồi, giáp ranh giữa ba tiểu bang Virginia, Maryland và West Virginia là nơi đầu nguồn của dòng sông Potomac là vách núi dựng đứng, soi mình xuống dòng nước cạn lô nhô đá núi chảy miên man về phía đông tìm đường ra biển.

Có một con đường nhỏ tên là đường Đồi Đậu Phọng, chạy men theo vách đá, lên cao, lên cao, quanh co chạy uốn vòng theo vách đá rồi đi vào những đồi cao thấp khác nhau để vào khu cao nguyên của thị trấn Charlertown của tiểu bang West Virginia. Những ngọn đồi xanh cây cỏ, vườn tược, thấp thoáng xa xa mới có một căn nhà ẩn sâu trong rừng cây, cái đẹp của cao nguyên là cái đẹp của cô tịch. Thường thì vẫn có những con đường nhựa nhỏ, dẫn vào một căn nhà hay một khu gia cư nào đó mà đằng trước có bảng đề rõ Đường Riêng Tư, cá biệt là khoảng giữa đồi, có con đường mang tên Nuisap St., tên con đường nghe như tiếng Việt làm cho tay lái lãng du bỗng dưng chậm lại.

Dịch bệnh Covid đẩy toàn thế giới vào cơn biến động đặc biệt, số người nhiễm càng lúc càng tăng cao. Mỗi quốc gia, mỗi thành phố có một cách ngăn ngừa và chống lây lan khác nhau. Nhiều nhất vẫn là tránh giao tiếp, tự cách ly mình khỏi đám đông, cô lập trong nhà và trang bị khẩu trang, bao tay khi bắt buộc phải ra ngoài.

Những ngày đầu tháng 3, lệnh giới hạn gặp gỡ giao tiếp được ban hành, mọi người nghiêm chỉnh chấp hành, các hàng quán đóng cửa, các hẹn hò… từ nay xếp lại, chỉ có điều khó lòng mà tâm nhẹ nhàng như mây… (nhạc TCS). Ông Thành lại là người giữ gìn nhiều nhất, bởi vì ông có đầy đủ yếu tố để dễ nhiễm bệnh: Già yếu, có bệnh nền là cao mỡ, cao máu, thấp khớp… Tháng đầu, thoải mái trong nhà, với kế hoạch buổi sáng thăm viếng nhà bếp, buổi trưa tham quan phòng khách, buổi tối hẹn hò ăn với vợ và bắt đầu giao tiếp bạn bè thân hữu từ xa trên mạng. Kế tiếp tìm thêm thú vui bằng đọc sách, xem tranh, vẽ vời nhưng qua tới tháng thứ hai thì quẩn chân quá đỗi. Phải đi ra ngoài thôi, không cần gặp gỡ ai cả, không hẹn hò hay nhắm tới phải đi đâu, cứ việc lên xe, tự trang bị cho mình nước rửa tay, khẩu trang, nón và kính mát, và lái đi.

Nhớ đến câu chuyện Thiền, khi một thiền sinh này hỏi thiền sinh kia anh đi đâu đấy, và câu trả lời là gió thổi đến đâu tôi đi đến đó. Trên xe thì đâu có gió, nên tự nhắn với mình đường chạy tới đâu, tôi đi đến đó, bữa nay chạy về hướng Đông, ngày mai chạy về hướng Tây, ngày mốt hướng Nam, hướng Bắc .

Và hôm nay, ông Thành thong dong chạy về hướng Tây, chạy ven theo con sông Potomac về phía đầu nguồn, thấy con đường lạ thì lái xe vào và bây giờ đang ngẩn ngơ nhìn tên con đường nghe như âm hưởng Việt Nam: Nuisap St.

2.

Con đường nhỏ uốn lượn theo các cánh đồng trồng nho ven những ngọn đồi xa, chạy xa lắm mới thấy hình bóng căn nhà. Gần hơn, mới thấy thực ra là một cụm ba căn nhà gần kề. Hai căn hai bên thì rất bề thế, nhìn như một tòa lâu đài, cái lạ là nhìn thì biết ngay là cùng một chủ nhân, vì cách xây dựng, mầu sơn, cho đến hàng rào gỗ trắng cũng in hệt như nhau. Chính giữa hai căn đó là một ngôi nhà nhỏ hơn. Phải nói là nhỏ hơn rất nhiều. Hai bên là hai biệt thự lớn hai tầng, có sân vườn trồng hoa cắt tỉa khéo léo, có đường cho xe chạy từ cổng vào cong theo bồn hoa giữa sân để chạy vào sát khung cửa chính, có bậc thang đưa lên kiểu cách và tinh tế, bề ngang rộng rãi có lẽ phải là ba căn phòng tiếp nối nhau vì nhìn ra phía trước ngoài cửa chính còn có 8 cái cửa sổ, treo rèm mầu tím sẫm, cả hai căn đều kết cấu xây dựng như nhau, sơn mầu như nhau, mà rèm cửa cũng cùng mầu như nhau luôn.

Căn nhà ở giữa thấp nhỏ, cửa chính và hai cửa sổ hai bên.

Chỉ có một con đường nhỏ trải sỏi chạy từ trước vào bên hông nhà. Căn nhà thực ra chẳng có gì đáng chú ý, nó nhỏ, và hẹp, đơn giản và cô độc, nằm giữa hai tòa biệt thự nhìn nó không khỏi liên tưởng đó là một cái nhà kho của hai căn nhà hai bên. Cái làm ông Thành đặc biệt chú ý là trước cửa nhà, có một cái bàn Thiên. Đó là một cái trụ xi măng cao khoảng thước rưỡi, bên trên là một tấm bê tông vuông nhỏ, trên đó có một cái giống như bát hương, dường như có cả mấy cọng chân hương. Căn nhà cách mặt lộ khoảng vài chục thước, trong khi hai tòa biệt thự hai bên xây cất thụt vào trong sân cả gần trăm thước.

Ông Thành đậu xe vào lề đường, nhìn ngắm căn nhà và lòng nổi lên nhiều thắc mắc. Tiếng máy xe từ bên hông căn biệt thự chạy ra, một chiếc xe cắt cỏ, chiếc xe chạy rà rà và đậu ghé bên xe ông Thành. Người đàn ông trên xe đầu trùm kín bằng cái nón lớn, mặt thì che khẩu trang, ghé lại hỏi bằng tiếng Anh: Tôi có thể giúp gì cho ông? Ông có cần gì không?

Rồi giọng nói ồ lên, Ông là người Châu Á phải không?

Ông Thành đáp lại, vâng tôi là người châu Á, tôi là người Việt Nam. Tôi chỉ chạy ngang thôi, khu đồi này đẹp quá.

Người đàn ông tắt máy xe, gỡ cái nón ra, rồi bước xuống xe nồng nhiệt chào hỏi. Lần này thì bằng tiếng Việt:

- Hay quá, tôi là người Việt, hiếm khi gặp người Việt ở vùng này. Ông có thời gian không? Ông có thể ghé nhà chơi, chúng ta có thể uống nước trà và chuyện trò cho vui.

- Ông Thành ngần ngừ, thời gian thì có, vì tôi đang rảnh

rỗi hoàn toàn, nhưng mùa Covid này…

- Ồ không sao đâu. Tôi là người vùng này và …. Tôi đã cách ly với đời sống cả ba năm nay chứ không chỉ vài tháng vừa qua. Còn về phía ông, nếu ông cảm thấy an toàn thì chúng ta có thể trò chuyện mà.

Người đàn ông gỡ bỏ khẩu trang, lộ ra khuôn mặt trắng hồng đôn hậu, đuôi mắt có dấu chân chim, khoảng chừng trên dưới 60. Lúc này ông Thành mới chú ý người đàn ông cạo đầu trọc và bên trong lớp áo khoác, lộ ra cổ áo màu nâu.

- Ông là người xuất gia?

Người đàn ông bật tiếng cười, không, tôi có một thời là tăng sĩ, nhưng bây giờ chỉ là một người tu tại gia thôi.

Ông Thành vui vẻ tắt máy xe, bước xuống, thật hân hạnh được quen với ông, xin được uống với nhau vài chén trà.

Đi theo sau chủ vào căn nhà nhỏ. Mở cửa bước vào là phòng khách, kê bộ bàn ghế gỗ đơn giản, giữa nhà, đúng là có một bàn thờ Phật, nhưng là một bàn thờ Phật tại gia, hết sức đơn giản. Không có tượng, treo giữa là tấm ảnh chụp pho tượng bán thân đức Phật đen trắng, trên bàn thờ có lọ hoa tươi chắc mới hái trong vườn, cái chuông, mõ nhỏ và xâu tràng hạt gác ngang cuốn kinh.

Chủ mời khách an tọa, rồi lúi húi cắm điện nấu nước sôi. Vóc dáng nhanh nhẹn và khi nhìn sau lưng hai đường gân cổ nổi lên thẳng đứng mạnh mẽ, làm ông Thành mênh mang nhớ … hình như có chút gì quen thuộc.

- Thưa… ông quý danh là gì? Ngày xưa xuất gia pháp hiệu là gì, xin cho biết để dễ xưng hô?

- Tôi là Chơn Nhã.

Ông Thành buột miệng la lên Chơn Nhã… Thủ Đức?...

Chơn Nhã cũng giật mình, quay phắt lại. Phải rồi Thủ

Đức, ngày xưa tôi xuất gia và tu học tại một thiền viện ở Thủ Đức... Sao ông biết?

Ông Thành đứng bật dậy, hướng về Chơn Nhã chắp tay chào, Chơn Nhã không nhớ tôi sao? Tôi là Minh Thành …

- Minh Thành, Minh Thành… tôi nhớ rồi, hồi nãy khi nhìn ông, tôi đã ngờ ngợ..

3.

Khoảng năm 1976 gì đó, Thành làm nghề cưa lọng hàng mỹ nghệ gỗ ở Sài Gòn, làm giao mối cho các chợ Bình Tây, Bến Thành, An Đông và một số cửa hàng bán quà cưới ở Hóc Môn, Thủ Đức. Có lần, chạy lên Thủ Đức giao hàng, khi về, trời buổi trưa nóng nực, mệt mỏi Thành chạy xe ngang một ngôi chùa có cây cao bóng mát ở gần xa lộ. Đậu xe vào một gốc cây cao, bên dưới có sẵn cái ghế đá, Thành ngồi xuống và mệt quá nằm ngủ lúc nào không hay. Không biết chợp mắt được bao lâu, khi giật mình thức dậy, nhìn vẫn thấy còn xe, và bên cạnh lại có sẵn một ly nước có đá. Thành sửng sốt nhìn quanh, thấy từ hiên chùa một chú tiểu đưa tay lên chào. Thành cảm tạ rồi nâng ly lên, té ra không phải nước lọc, mà là một ly chanh muối ngọt ngào, thanh mát giữa trưa hực lửa. Thành bước tới cám ơn, Chú tiểu xưng tên là Chơn Nhã, và hẹn khi khác nói chuyện, vì giờ này Bổn Sư vừa thức nên chú phải lên hầu Sư phụ.

Những lần sau, Thành lên chùa, tìm gặp Chơn Nhã, chuyện trò mới biết Chơn Nhã gốc là người miền trung, xuất gia vào chùa đã được 4 năm và đang là một trong hai Thị Giả của Hòa Thượng trụ trì. Năm đó Chơn Nhã 17 tuổi và đang theo học lớp 12 ở trường trung học thị trấn.

Thị Giả là người gần gũi nhất đối với sư phụ, là người chăm lo miếng ăn nước uống, hầu thay y phục và bên cạnh sư phụ trong tất cả các lễ nghi, lúc giảng pháp,lúc hành lễ, và cũng là người thu xếp các tiếp xúc của sư phụ đối với người ngoài. Trong Phật giáo, vị Thị Giả nổi tiếng nhất chính là ngài A Nan theo hầu đức Thế Tôn, và trở thành vị Tôn Giả uyên bác nhất của Phật Giáo.

Chơn Nhã còn trẻ, nhưng từ lời ăn tiếng nói cho tới phong cách đi đứng đều giữ nghi biểu điềm đạm thanh tịnh. Thành và Chơn Nhã kết bạn với nhau, Thành học được thật nhiều điều từ người bạn trẻ tuổi xuất gia này. Kỷ niệm với Chơn Nhã là có lần, Thành thấy Chơn Nhã thường đi chân không, nên trong dịp ghé thăm, đem tặng Chơn Nhã đôi dép và hai cục xà bông ngoại. Chơn Nhã nhận món quà một cách trân trọng, đứng lên cúi đầu cám ơn. Sau đó nhẹ nhàng: Chơn Nhã nhận tấm lòng của Minh Thành rồi, nhưng xin cho Chơn Nhã tặng lại Minh Thành, vì Chơn Nhã không sử dụng. Đi chân không là theo giáo pháp của Khất Sĩ, đi để tránh trường hợp vô ý sát sinh các sinh vật nhỏ trên đường đi, còn xà bông thì quý lắm, nhưng Chơn Nhã đang sống trong tăng chúng, và chỉ sử dụng cái gì mà các tăng chúng cùng sử dụng chứ không nên xài cái khác. Rồi lần khác khi tạm biệt nhau, Thành chắp tay cầu chúc Chư Phật gia hộ cho Chơn Nhã thân tâm thường lạc. Chơn Nhã mỉm cười cám ơn, Minh Thành chúc lành cho Chơn Nhã là lòng Minh Thành rất tốt, nhưng Chơn Nhã nghĩ Đức Phật không giáng họa cho ai thì ngài cũng đâu bao giờ ban phước cho ai. Cái tìm được an lạc là từ giáo pháp của Thế Tôn, nương vào đó, tự tu tập mới tìm được an lạc thực sự chứ.

Sau đó, lên chùa mấy lần không gặp Chơn Nhã, Thành bước hẳn vào chùa xin gặp Chơn Nghĩa là bạn đồng tu với Chơn Nhã và cùng Thị Giả của Hòa Thượng để hỏi thăm về Chơn Nhã. Chơn Nghĩa trả lời là Chơn Nhã không ở chùa nữa, còn Chơn Nhã đi đâu làm gì không ai biết.

Ai ngờ gần 40 năm sau lại có cuộc hội ngộ bất ngờ này.

4.

Đây là câu chuyện của Chơn Nhã.

- Đúng là khi tôi rời chùa, không ai biết tôi đi đâu, ngoại

trừ Ân sư. Chính Ngài đã chấp thuận và khuyến khích tôi đi ra khỏi chùa.

Chuyện là một buổi trưa đó, sau khi hầu Ân sư xong, khi Thầy ngồi tịnh, tôi như có một thôi thúc kỳ lạ nên đi xuống sân chùa thì gặp một người giống như hành khất. Thật ra đó là một Du Tăng vì ông cụ đó tuổi đã rất cao, gầy ốm hom hem, đầu trọc nhưng tóc đã mọc ra lún phún, bạc trắng, áo tăng bào sờn rách, cái bị vải cũng không lành lặn, cây gậy ông cụ chống lại là một nhánh cây khô và bước đi chập choạng như muốn té. Tôi sửng sốt chạy lại đỡ ông cụ vào hàng hiên ngồi và chạy vào nhà trai xin một dĩa cơm, ly nước đem ra cho ông cụ. Hỏi thăm thì ông cụ không trả lời vào câu hỏi mà nhướng đôi mắt lên hỏi tôi có phải là một tăng sĩ không? Ánh mắt của ông cụ thật kỳ lạ, sáng như bên trong có đèn, nhưng lại phát ra sự đằm thắm, ấm áp nhân từ.

Tôi trả lời đúng, cụ gật đầu, ta cũng là một tăng sĩ đây, ta có một ngôi chùa ở trên núi, ta có một giáo pháp biệt truyền, và ta đang tìm một truyền nhân phó thác, con có bằng lòng đi theo ta không?

Tôi thưa rằng tôi thí phát và xuất gia ở đây, tôi có sư phụ còn đang hiện tiền, con có thể thỉnh ý Ân sư để mời Hòa Thượng trụ thế nơi này, còn đi theo ngài thì… chắc không thể được.

Vị sư già sửa lại thế ngồi, hai chân xếp lại, hai tay chắp tay trước ngực nhắm mắt lại một hồi lâu. Rồi mở mắt ra, nói với tôi hãy lên thỉnh ý Ân sư đi.

- Thỉnh ý chuyện gì?

- Chuyện ta muốn nhận con làm truyền nhân và muốn dẫn con đi theo ta lên núi.

Thú thật là tôi bàng hoàng với lời đề nghị lớn lao này. Đã xuất gia đi tu thì nơi nào cũng có Phật, Phật tự trong tâm mình chứ có phải từ chùa lớn chùa nhỏ gì đâu, nhưng xuất gia và tu tập tại đâu thì mến cảnh mến chùa chỗ đó. Ân sư lại là người khai thị và dìu từ bước khởi đầu đến nay, đột ngột nói chuyện ra đi lòng sao chẳng ngại. Nhìn lại vị sư già ngồi đó, bỗng hiển hiện trong tôi là hình ảnh Đức Thế Tôn lúc ngài đang tu khổ hạnh, nghĩ tới sự già yếu, cô độc giữa rừng sâu của một người khất giả, tự nhiên tôi cũng cảm thấy một cảm thông sâu sắc.

Tôi xin phép rồi chạy lên phòng tịnh của Ân Sư. Nhìn qua khe hở, thấy Ân Sư vẫn đang thiền định, tôi ngần ngừ chưa biết làm sao, bỗng Ân Sư mở mắt gọi: Chơn Nhã, vào đây.

Tôi mở cửa chạy vào quỳ trước mặt ngài, Ân Sư đưa tay xoa trên đầu tôi:

- Chơn Nhã nghe đây, tám vạn bốn ngàn pháp môn của Đức Thế Tôn thì pháp nào cũng là phương tiện để con người tìm được bến bờ an lạc, nhưng đã là con người thì ai cũng phải vào vòng Duyên Nghiệp. Có Duyên khởi thì phải có Quả Nghiệp. Vị cao tăng dưới sân đó chính là Nghiệp Sư của con, người mà ngài tìm kiếm chính là con, và bây giờ gặp được rồi, con nên đi theo quả nghiệp đó?

Tôi sững sờ, chưa kịp tác bạch điều gì, Ân sư đã nói hết rồi. Tôi bần thần: Thưa thầy... là duyên của con sao? Là nghiệp sư của con sao?...

Ân Sư gật đầu, không chần chờ được đâu, không cần tạm biệt bất cứ ai, con lên đường ngay đi. Ta chúc phúc cho con.

Nói xong Ân Sư nhắm mắt lại an trú vào cõi tịnh.

Tôi quỳ xuống đảnh lễ với Ân Sư và vào phòng lấy thêm một bộ quần áo nữa cho vào túi xách. Xuống tới sân, thì vị Hòa Thượng kia đã lững thững bước ra gần tới cửa chùa, tôi không nói gì nữa mà chỉ chạy vội theo.

Tôi đi theo Hòa Thượng đó tới Châu Đốc và đón xe vào Núi Sập. Khi đến chân núi Sập, đường lên núi gập ghềnh, cheo leo, nhiều lần tôi đưa tay định dìu, nhưng ngài lắc đầu, cái hình ảnh vị sư già ốm yếu ngồi không vững ở sân chùa hoàn toàn biến mất, vẫn là vị sư già, còm cõi, rách rưới, nhưng bây giờ bước đi vững chãi, hoạt động nhẹ nhàng và khuôn mặt thanh tịnh, làm tôi sinh lòng kính ngưỡng.

Về tới chùa, thì là một gian nhà lá, hai bên cái chái cũng lợp bằng lá, gian giữa không có vách, nền gạch tàu đỏ au, giữa là bàn thờ Phật đơn sơ nhưng rất trang nghiêm, có hoa tươi và trái cây. Tôi ngạc nhiên vì Hòa thượng đi vắng bấy lâu ai là người dọn dẹp, quét tước và hương hoa dâng cúng. Nhưng chỉ một buổi là hiểu ra. Ngôi chùa bằng lá đơn sơ này là nơi chẩn bệnh và phát thuốc miễn phí, là một tịnh cốc phía sau của vị sư già, quanh quẩn gần xa, phía núi trên cao và phía lũng dưới thấp còn có những gian tịnh thất khác, các vị sư ở đó mỗi ngày vẫn lên ngôi chùa lá chính này để hái thuốc, phụ phát thuốc, chăm sóc bàn thờ Phật giữa nhà. Sáng sớm hôm sau, trước khi bình minh hé rạng, sau thời kinh sáng, vị Sư già gọi tôi ngồi xuống trước chánh điện khai mở rằng:

- Con biết ta là ai không?

- Bạch Thầy, con không biết.

- Đi theo ta tới một nơi không rõ, học theo một pháp môn nào không rõ. Vậy động lực nào làm con đi theo ta?

- Bạch Thầy, con thực lòng không biết, chỉ là khi bất ngờ gặp ngài, tự nhiên con cảm thấy quyến luyến và tin tưởng, con thật lòng không chờ mong một điều gì bởi đã xuất gia thì nơi đâu cũng là cõi đạo, chỉ nghĩ rằng hữu duyên thì xin đi theo lời gọi của duyên mà thôi.

- Được lắm, hôm nay ta khai mở cho con hiểu. Ta và Ân Sư của con là huynh đệ đồng môn. Con được thu nhận vào chùa và lập tức trở thành thị giả của ngài chính là sự sắp xếp của ta. Ngay pháp danh của con cũng là do ta khai thị, bởi vì pháp danh của ta là Nguyên Nhã. Ta chưa xuống đón con là do duyên chưa tới và do chính con chưa phát tâm đủ đầy. Rõ ràng rồi, từ nay, con là đệ tử của ta.

Chơn Nhã ngừng lại, rót thêm trà vào hai ly nước, rồi

đứng dậy đi về phía bàn thờ Phật, thắp một nhang thơm, cúi đầu đảnh lễ rồi mới thong thả kể tiếp.

- Tám vạn bốn ngàn pháp môn thực là một lối nói của người Ấn, mô tả một cái gì nhiều lắm không đếm xuể chứ không phải là con số chính xác. Trong các giáo pháp của Phật thực ra có rất là nhiều con đường để đi tới an lạc.

Hai vị Ân sư của tôi đi theo hai cách khác nhau, một là Hiển tông hay còn gọi là Đại Thừa, tu học và rao giảng chánh pháp với mọi người, hai là Mật Tông, tu theo giáo pháp nhưng hướng vào tìm hiểu và khám phá chính mình, khám phá và chứng nghiệm những khả năng và quyền lực bí ẩn của con người. Ai cũng có những năng lực kỳ diệu này, có điều Biết, Hiểu và sử dụng được những năng lực đó đòi hỏi nhiều tu dưỡng, được hướng dẫn chuẩn xác và đặc biệt phải có cơ duyên đủ đầy.

Chơn Nhã ngừng lại, hướng về Minh Thành giọng nhấn mạnh hơn: Thần thông là có thật. Nhân quả là có thật, Duyên nghiệp là có thật, đó là những điều tôi ghi nhớ và chứng nghiệm suốt 10 năm tu hành và theo hầu hai vị chân tu Ân sư.

- Rồi lý do gì ông bỏ tu và cơ duyên gì ông đến nước Mỹ?

Giọng Chơn Nhã trầm hẳn lại:

- Tôi ở trên núi được 4 năm thì Ân sư viên tịch. Bốn năm đó chuyên cần học pháp để nhìn thấu bản thể, chứng kiến biết bao thần thông của Ân sư, từ nghe được tiếng nói, thấy được dịch chuyển từ xa, nhận được nghiệp duyên và căn bệnh từng người, nhiều lắm, nhiều lắm… Ở quanh vùng, người ta không gọi pháp hiệu của ngài, mà chỉ kính cẩn nhắc về Sư Ông Chùa Núi. Tất cả những lời chỉ dậy, thuyết giảng chỉ nhằm hướng dẫn người ta đi vào tu tập để tự đoạn nghiệp chướng của mình. Phương pháp tu dưỡng thì được chỉ bảo cặn kẽ rồi, nhưng theo được tới đâu lại còn tùy căn cơ mà chứng ngộ. Khi Ân sư viên tịch ngài gọi tôi dặn dò là nghiệp chướng của con quá nặng, ta đã hướng dẫn và trì chú trợ lực cho con rất nhiều, ta biết rõ con chí tâm hành trì kinh pháp, nhưng vượt qua được để tiếp tục tu hành hay không, thực không biết được. Hãy sống bằng lòng bao dung, từ ái, và quan trọng là tự hiểu được duyên ta có và nghiệp ta nhận với tâm tĩnh lặng.

Ân sư viên tịch chưa được bao lâu tôi cũng phải rời chùa.

- Rời chùa nghĩa là cởi bỏ tăng bào hoàn tục hay sao?

Chơn Nhã gật đầu, Chùa trên núi đó có nhiều Đàn Na Thí Chủ thường xuyên thăm viếng và bảo trợ, có một gia đình khá giả ở chân núi Sập, nay ra lập nghiệp ở Phú Quốc gặp nhiều nạn kiếp, muốn lập đàn chay cầu an nên lên chùa nài nỉ mời đi tụng kinh. Do lòng quý mến từ lâu nên tôi nhận lời. Đêm hôm đó tụng kinh cho đến nửa đêm, gia chủ mời đi nghỉ trong phòng, nhưng tôi từ chối, bước ra ngoài cái chái bên hông nhà, ngồi tịnh tâm nghe sóng vỗ rì rào và nhắm mát dưỡng thần, chờ sáng sẽ đi thuyền vào đất liền.

- Đêm đó là cái đêm định mệnh ông à. Chơn Nhã thở dài rồi ngồi im lặng.

5.

Miền đông bắc Hoa Kỳ vào đầu tháng 9 là đang buổi giao thời giữa hè và thu, nắng vẫn vàng tươi trên cánh đồng, nhưng vài cơn gió thổi mênh mang chút lạnh vào người. Ông Thành nóng ruột muốn hỏi thêm cho hết câu chuyện mà Chơn Nhã vẫn cúi đầu im lặng, hai tay để xuôi theo thân như đắm mình vào một suy tưởng gì xa lắm.

Bất chợt ông đứng lên:

- Mình đi ra ngoài dạo một vòng cho nhẹ nhàng ông nhé.

Chơn Nhã chỉ vào tòa biệt thự giới thiệu đó là nhà của vị thí chủ ngày xưa ở núi Sập Châu Đốc. Ông bà có trang trại lớn cả mấy chục mẫu tây trồng nho, táo, dâu, bắp nên con đường mở ra từ giữa trang trại là do ông bà thực hiện. Để nhớ đến quê hương ông bà đã xin phép và đặt tên đường là đường Núi Sập.

Hai ông bà đều đã mất cả chục năm nay, trang trại giao lại cho người con trai trưởng. Ông bà cho tôi một căn nhà nhỏ để cư trú và trông coi, chỉ có một mình tôi cắt cỏ, dọn dẹp vườn tược, quản lý tài sản như một quản gia…

- Vậy là ông lập gia đình và... còn bà đâu?

- Nhà tôi mất hơn ba mươi năm nay rồi.

Ông Thành tò mò, phải chăng bà chính là người trong cái đêm mà gọi là định mệnh đó?

Chơn Nhã tần ngần, hôm nay gặp lại ông như một cố nhân, nên có những điều giấu kín trong lòng hôm nay xin bộc bạch trước là cho nhẹ lòng, sau cũng là đền đáp nghĩa tâm giao.

- Phú Quốc ngày xưa vắng vẻ lắm, dân cư thưa thớt sống bằng nghề chài lưới dọc theo bờ, đánh bắt đồi mồi, chỉ có vài ba gia đình do có thuyền lớn đánh cá từ ngoài khơi, thu mua hải sản rồi đem về bán ở đất liền hoặc mở vựa nước mắm thì mới khá giả. Ông Bà Năm Hương này là một gia đình như thế, trong nhà bạn chài, gia nhân cả mấy chục người. Năm đó, trong hai chiếc thuyền của họ có một chiếc cứ mỗi lần ra khơi là bị tai nạn, hoặc thuyền trưởng, tài công nhiễm bệnh, hoặc máy móc trục trặc, ông bà mới lập đàn tràng cầu an. Ông bà đó là một đại tín chủ của chùa, họ tin tưởng và thân tình với Ân sư rất nhiều nên ông bà lên núi thỉnh mời, ai ngờ Ân sư vừa viên tịch nên tôi nhận lời đến trì chú giúp họ.

Đêm đó, sau khóa kinh đêm, tôi ra nhà ngang ngồi dưỡng thần, chờ sớm hôm sau thì theo thuyền về đất liền. Đêm đó thực sự là trăn trở, cứ chớp mắt thì lập tức cảm thấy như bị đẩy vào những hỗn loạn, trời đất như xoay vòng vòng. Tôi giật mình tỉnh lại, vội vàng ngồi thẳng lưng cố định tâm lại, chỉ chút xíu lại bị đưa vào cơn mê, chuyện đó lặp đi lặp lại mấy lần, tỉnh dậy, rồi lại mê đi… cho tới lúc thấp thoáng phía đông ửng sáng, tôi mới đứng dậy đi ra sân hít thở cho thoáng, chờ tới giờ lên thuyền về lại Rạch Giá, rồi đón xe về núi Sập.

Chuyện tưởng sẽ chẳng có gì, nhưng bất ngờ mấy tháng sau, Tôi nhận được nhắn gọi khẩn cấp ra Phú Quốc có chuyện cần. Tới nơi, ông bà Năm Hương trách móc là tôi làm chuyện tư tình bậy bạ mang tai tiếng cho chùa, và cho ông bà rất nặng. Tôi hoàn toàn sửng sốt ngạc nhiên hỏi lại. Thì ra ở cạnh nhà, có một gia đình làm công cho gia đình Năm Hương, người cha đi theo thuyền và đã mất, người mẹ và cô con gái tiếp tục làm công cho vựa cá, nay bỗng dưng cô gái mang thai, bà mẹ buồn bã sinh bệnh, hỏi han mãi mới nói ra trong đêm lập đàn tràng đó cô ta lén lút tình tự với một thanh niên đầu trọc mà cô ta cũng không biết rõ là ai, hôm đó đàn tràng chỉ có một mình Sư đầu trọc từ phương xa đến không ai quen mặt nên nghi quyết là Sư làm bậy. Tôi cả quyết là chuyện không có, xin gặp cô gái để phân bua. Cô gái trả lời thật lòng cô cũng không chắc, vì lúc đó như một cơn mê sảng, không phân biệt trắng đen. Chỉ có một điều ghi nhớ là người thanh niên đó đầu trọc và sau lưng có một cái bớt mầu đỏ lớn bằng nắm tay. Ông Năm Hương kéo tôi vào buồng trong, lột áo ra xem xét và la lên, đúng rồi, không thể sai được.

Cô gái thì nhà nghèo, mẹ già yếu đuối bệnh tật và đôi mắt ràn rụa nước mắt, ăn nói chân chất không phải dối lừa, tôi thì tình ngay nhưng lý gian, chối cãi không được nên đành khuyên cô gái, có lẽ tôi và cô có một nghiệp duyên nào đó chứ không phải tôi sinh lòng tà dục đâu. Nay đã có nghiệp thì phải trả nghiệp, tôi xin chịu trách nhiệm với em về đứa bé này. Xin cho tôi một tháng, trở về chùa, trả hết tang phục, bàn giao nhà thuốc và xin hoàn tục trở về đây làm ăn nuôi con.

Tôi vào kể hết mọi chuyện với ông bà Năm Hương, nói rõ lòng tôi phát nguyện tu hành, nhưng nghiệp chướng đã theo và vận vào không sao thoát được. Xin hoàn tục đền bồi và vẫn xin giữ giới tu hành dù không còn trong tăng sĩ nữa.

Ông bà Năm Hương gật đầu, nhận đứng ra chủ hôn và nhận tôi vào làm cho vựa cá để có tiền nuôi thân. Đứa bé ra đời là một bé trai, điều kỳ dị là nó có khuôn mặt, ánh mắt nụ cười giống tôi như hệt, như đúng là thực sự nó là con ruột thịt của tôi.

Hai vợ chồng tôi cùng phát nguyện tu tại gia, ăn chay trường và cùng nhau tu học, bỏ qua tất cả những ân ái đời thường. Khi ông bà vượt biên, mẹ vợ tôi cũng đã mất, ông bà dắt theo vợ chồng tôi và đứa con nhỏ theo ghe đi luôn. Khi tới đảo, do bị phân chia khác nhóm, tản mát đi định cư các tiểu bang khác nhau tùy người bảo lãnh nên tôi mất luôn liên lạc với gia đình đó.

Qua Mỹ được ba năm thì vợ tôi mất, tôi xông xáo làm đủ thứ nghề nuôi thân và nuôi con, từ đi làm vệ sinh công sở, tới phụ hồ, thợ điện suốt cả gần hai mươi năm, tới khi đứa con trai 24 tuổi nó lập gia đình và di chuyển tới một tiểu bang xa, thì tôi tình cờ gặp lại được ông bà Năm Hương, lúc đó hai cụ đã lớn tuổi, nhưng còn minh mẫn, cụ hỏi tôi có nhớ câu muốn tu hành không?

- Muốn lắm, nhưng cơm áo gạo tiền và trách nhiệm người cha nên chưa làm được, hai cụ nhã ý cho tôi ngôi nhà nhỏ vốn là nhà kho này, tu sửa lại và tạo cho một công việc làm để có thể thanh thản sống cho đến cuối đời.

Chơn Nhã nhẹ nhàng kết thúc câu chuyện: - Tôi bây giờ là một cư sĩ, tĩnh tâm nhớ lại và ôn tập các lời dạy của Ân sư ngày xưa, đã hiểu ra "Quán thân bất tịnh, quán tâm vô thường".

6.

Khi bị cách ly hay tự cách ly với xã hội, bỗng dưng mỗi người trở thành một ốc đảo riêng tư và vô cùng tịch mịch. Chúng ta vẫn phải ăn, vẫn phải thở nhưng dường như rơi vào nhàm chán với chính mình. Mọi chia sẻ dù vui hay buồn đều như đối diện với bốn bức vách. Ông Thành thường tự hỏi: Đó là tôi, còn bạn thì sao?

Các phương tiện như điện thoại, Facebook dù có giúp ích để chúng ta biết là còn có nhau, nhưng vẫn chưa đủ để mỗi người được sống trong một xã hội như ta vẫn từng sống.

Đại dịch xảy ra đem tới những hậu quả thảm khốc cho nhân loại, từ Đậu Mùa, Dịch Tả, Dịch Hạch mỗi đợt dịch số lượng người chết có khi lên tới nửa triệu người, nhưng chưa có đại dịch vào có số lây lan rộng khắp như đợt dịch Covid này. Mỗi cá nhân phải tự bơi, và cũng có người cũng tự chết chìm trong cô độc. Khi tạm biệt và lái xe về nhà, Ông Thành bỗng giật mình khi nhớ lại câu chuyện thật dài của Chơn Nhã. Chấp nhận nghịch cảnh, dưỡng tâm an lạc và quán Thân bất tịnh, quán Thọ thị khổ, quán Tâm vô thường, quán Pháp vô ngã. Dường như Chơn Nhã đang thay lời Sư Ông Chùa Núi gửi cho mình những điều khai thị giữa mùa dịch bệnh.

Ông Thành nghĩ rằng mình sẽ còn phải lên thăm Chơn Nhã nhiều lần.

Nguyễn Minh Nữu
Tháng 9/2020

HOÀNG KIM OANH

Sài Gòn - Việt Nam

KHÔNG ĐỀ

Sài Gòn
chạng vạng trăng
chạng vạng chiều.
lả lơi vàng ngọc đêm xiêu
rằm trong vắt mộng. bóng dìu bóng xuân...
Song đầy
trăng soãi
gió tây
đêm đong từng giọt giọt gầy
lang thang con dế so dây quên đường
làm sao dỗ được đêm trường
đừng sâu đến lạc
đừng say đến lầm
làm sao
tôi dỗ được tôi...
làm sao nghiêng hết
đêm vào đêm thôi...

Nhiêu Lộc, 14 tháng 4 âm lịch
6.5.2020

CỘT MỐC NÀO CHO BIỂN VIỆT NAM

Tôi cúi mình từng cột mốc Việt Nam
Dẫu chỉ đi qua dăm phút trong đời

Cột mốc zero ki-lô-mét Hà Giang
bên bờ con sông Lô từ Thanh Thủy Vị Xuyên
      chảy vào thành phố
Cột cờ Lũng Cú, mốc 428 cực Bắc lồng lộng
      tung bay sắc thắm
Giữa mênh mông
Đá ngàn đời sừng sững
Ghi dấu mốc chủ quyền
A Pa Chải cực Tây,
1378 thiêng liêng cuối cùng Móng Cái...
Nóc nhà biên cương yên ngựa 2.880 mét
      sừng sững rừng sâu.
Cột mốc cực Nam GPS001 cuối trời Tổ Quốc
lấn biển cho tràm cho đước vươn chồi
dồn sóng lập thôn
Mũi Cà Mau, thổn thức ân tình...
Cột Đông Dương một tiếng gà vọng 3 vương thổ

Bờ Y, Ngọc Hồi
Mũi Điện, Mũi Đôi...

Tổ Quốc trong mắt trong tay, trong bầu khí quyển
                              từng làn hơi hít thở
Nhắm mắt nghẹn ngào
Mỗi dấu chân
Tay chạm rưng rưng
Nhưng...
Cột mốc nào cho biển Hoàng Sa?
Cột mốc nào cho biển Trường Sa?
Giữa sóng dữ máu làm neo bám biển
Những mộ gió Lý Sơn
399 năm hải đội Hoàng Sa
người đi giữa mịt mùng
còn có chốn trở về...
Ôi Hoàng Sa! Trường Sa!
Cột mốc nào cho những anh linh?
Cột mốc nào cho biển Việt Nam?
Những cột mốc 74, 88
Những cột mốc Duy Thự, Văn Thà, Văn Ngạc...
Những nối tiếp Văn Phương, Duy Lễ...
Những vòng tròn bất tử
Cột mốc người nằm lại ở chân trời
Cắm tận cùng trái tim Việt Nam nhức nhối!
Cột mốc nào trong tay kẻ ác
Cột mốc nào cho lịch sử ngày mai?

Bức dư đồ dễ ngàn năm, còn đó!
Bức dư đồ ai có thể đổi thay?
Rách tả tơi trong ván cờ bạn tốt
Ác mộng có lộ trình...
Cột mốc nào cho biển Việt Nam?

19.4.20

TRỞ LẠI CỔ CHIÊN

Trở lại Cổ Chiên
mênh mang một dòng
bèo nước nổi trôi

Nước vẫn thế
và sông vẫn thế
vẫn lớn-ròng. bồi - lở,
vẫn ngày. đêm
chỉ có ta ngỡ ngàng: khách lạ
đi giữa quê mình
không ai để chào thăm...

Qua Long Hồ, Thiềng Đức, Ba Si
người nhớ sông, sông có nhớ người?
dọc Cầu Lộ, Vàm Giang về Tắc Nở
Bước chân ai lạc lõng. gõ bên lề...

Phố vẫn phố
và người qua vẫn bước
thản nhiên cười như kể chuyện đời xưa
chẳng còn ai để mừng nhận nhìn nhau
cơn bể dâu. dâu bể cả sơn hà
trở về nhà. cửa im ỉm. tường cao
hỏi tên xưa. ngơ ngác. láng giềng đau
phút lạc lòng
cúi tạ tội tiền nhân
biết về đâu hồn phách lệ ngàn sau...

Sông vẫn dài,
trời vẫn rộng vô ưu
Con nước lên bóng chiều cơn nắng quái
Xoá giùm ta
Cuộc lầm lỡ oan khiên
Xoá giùm ta
Cả một thế kỷ buồn.

Long Hồ
5.1.2020
21:43

NGHE MƯA NƠI NÀY LẠI NHỚ NƠI XA

1. Những cuộc chia ly mùa dịch

Vậy là 6h sáng sớm hôm nay Nguyễn Chí Sơn sẽ trở về miền miên viễn xa xôi cùng đất mẹ. Trưa hôm qua, tôi mới gọi cho anh Nguyên Minh, bởi ngần ngại không dám chạm thêm vào nỗi đau của trái tim vốn mau nước mắt của anh. Anh và gia đình đã thuê một chuyến xe tốc hành ra Phan Rang để kịp có mặt những phút cuối cùng bên người em trai gắn bó máu thịt vui buồn qua bao cuộc bể dâu của gia đình và đất nước. Tôi biết người em Đinh Dậu này qua lời kể anh Nguyên Minh nhiều hơn 3 lần gặp ở Phan Rang. Có lẽ vì vậy, ngay từ lần đầu gặp anh tại nhà riêng sau những ngày đoàn Quán Văn dong ruổi Tây Nguyên cuối năm 2016, tình yêu dành cho mỹ thuật và văn chương của anh đã để lại ấn tượng khó quên trong tôi khi anh điềm đạm mà say sưa thuyết minh về những cổ vật tranh ảnh trưng bày tầng trên tầng dưới… Lúc ấy, hình như chưa có nhà sách Nhân Văn. Từ đó, anh đã là một thành viên xa mà rất gần gũi thân thiết của gia đình Quán Văn. Tôi muốn chạy ra thắp cho anh nén nhang cuối cùng. 8h tối, lên tàu SE2, 4h đã có mặt ở ga Tháp Chàm… Anh Nguyên Minh nghe ý định đó, giọng vui:

- Em ra đi, trưa về cùng xe anh, 16 chỗ mà có 7 người nhà anh thôi…

Ôi lòng thì muốn vậy mà vừa mở miệng nói đi, cả nhà phản đối ngay. Thôi, đành gọi ra cáo lỗi và vọng tiền anh Chí Sơn ba nén tâm nhang… Bởi, từ sau chuyến đi Lagi, Kê Gà về cũng là ngày Đà Nẵng và một số địa phương công bố phong toả khu vực có người nhiễm Coronavirus Wuhan đợt 2 sau 100 ngày yên ổn; cả nước đặt trong tình trạng báo động cách ly từng phần và toàn phần, tự nhiên tôi ho và… sốt! Ho thì bệnh nghề nghiệp cộng thêm thời tiết… bình thường, nhưng sốt mới sợ. Tôi hoang mang. Trời. Hổng lẽ mình bị nhiễm. Đọc hết các thông tin của Bộ Y tế hướng dẫn…, tham khảo gia đình, bè bạn bác sĩ, người thì bảo đến bệnh viện ngay, người bảo đừng đến bệnh viện và giới thiệu cho danh sách vài phòng khám uy tín quen biết: chị cứ đến, trước khi đến gọi em. Anh ĐHN nhắn viber: chắc em bị nhẹ rồi! Anh NĐA thì nói: không sao đâu, nhiều người bên Mỹ này nhiễm nhẹ rồi tự khỏi. Bs PY nhắn một toa thuốc: chị uống đúng như vầy cho em, không cần đi bệnh viện đâu. Sáu ngày ròng rã, tôi vật vờ trong tâm trạng mơ hồ hoang mang mà không dám nói với anh em QV sợ mọi người lo lắng. Sáng bình thường, chiều 38- 38,5 độ C. Tôi quyết định huỷ lớp dạy Bạc Liêu. Giờ chót, cancel luôn tour nghỉ hè Phú Quốc cùng Khoa. Cuối cùng thì tôi cũng hết ho, hết sốt nhờ… mấy nồi nước lá xông dân gian con gái tìm mua bên chợ Bà Chiểu.

Không phải chỉ một mình Nguyễn Chí Sơn, tôi đã không thể đến lần cuối với nhiều anh chị, bạn bè thân thương quý mến nữa. Thật ra những mất mát đau buồn bè bạn của tôi chẳng ý nghĩa gì so với những con số tử vong kinh hoàng kể từ ngày Hồ Bắc, Vũ Hán phong thành 26.1.2020 và thảm hoạ toàn cầu ngày càng hoang mang lan rộng. Xin tạm không nói đến những ngày những đêm không ngủ ở Sài Gòn sau Vũ Hán, tôi cứ lặng người đi trước những con số người nhiễm, người tử vong tăng lên chóng mặt đến không còn dám tin ở Milano, New York, Seatle và nhiều thành phố, quốc gia tôi chưa từng biết tới… Xin tạm không nói đến những căm phẫn lẫn những đau xót cũng lặng lẽ rơi khi đọc Nhật ký Vũ Hán phong thành của Phương Phương và những thánh lễ đẫm nước mắt, những hàng dài quan tài xếp hàng không bóng người thân. Cha mẹ, vợ chồng, con cái, người yêu… Cõi tạm hết. Con người tuyệt vọng bất lực ra đi trong cô độc tột cùng của phận người…

Xin tạm chỉ nói đến cái vòng không gian nhỏ bé của riêng tôi…

Năm 2020 này dường như là năm của những cuộc chia ly. 8.2.2020 người đầu tiên rời chúng tôi là dòng "phù sa" không chịu chảy về biển cả Lê Phương Nguyên. Lúc ấy chúng tôi chưa hình dung hết dịch là gì, 7 anh em ĐVK, ĐCL, anh chị NSB-KC, ML và tôi cũng chấp hành đeo khẩu trang, đi lên tận điền trang Lộc Xuân tiễn anh lần cuối. Tôi bùi ngùi nhìn từng cành bông giấy, từng gốc xoài, cành cau, đoá hồng, bóng nắng một thời… sớm chiều ngày ngày tháng tháng cùng anh:

"Thời gian từng giọt nặng nề,
Xa xăm đôi mắt bốn bề quạnh hiu…."

(Lê Phương Nguyên)

Tôi sẽ mãi nhớ về anh với đôi mắt đăm chiêu, nụ cười hiếm hoi nhẫn nhịn một đêm Giáng sinh Sài Gòn ngày tôi biết anh lâm bệnh dữ. Tôi sẽ mãi nhớ về anh cùng hương Lavender tím ngát thuỷ chung bè bạn tiếp thêm nguồn năng lượng tích cực những ngày anh vuột khỏi tay Thần Chết mùa hè 2019 khi chúng tôi đến thăm anh ở điền trang. Tôi sẽ mãi nhớ về anh hình ảnh cảm động anh đang thiêm thiếp trên giường bệnh bệnh viện ĐHYD bỗng choàng mắt dậy và đòi ngồi lên khi anh Sông Ba nói vào tai anh "có chị HKO đến thăm nè". Niềm vui ngắn ngủi nhỏ nhoi. Nỗi buồn dài ở lại, anh Lộc Xuân ơi!

Dịch bệnh thế giới bùng phát dữ dội không chỉ một, hai mà tất cả các lục địa. Sài Gòn cũng "phong thành" từ 16.3.2020. Rồi 30.3.2020, mọi nẻo đường ra Bắc vào Nam đều phong toả đến 23.4.2020. Hai tháng cách ly. Mọi hoạt động dường như ngưng lại. Stay at home. Stay at home. Xin em ngồi yên đấy…

Ở nhà là yêu nước. Đeo khẩu trang là yêu nước. Rửa tay là yêu nước. Vâng. Vâng. Việt Nam tội nghiệp của tôi. Bình thường, mọi thứ đã quá tải. Nhất là bệnh viện. Địa ngục cho những ai không có nhiều tiền. Cực hình cho những ai đi theo ân huệ ban phát của Bảo hiểm y tế suốt 30 năm làm lụng tích cóp đóng… Chỉ cần 1 ca lây, truy tìm đường đi cả 100 ca. Chỉ 100 ca dương tính nhân với 100 ca F1, F2, F3… Hệ thống y tế vốn đã thiếu và yếu của VN không biết sẽ… đi về đâu hỡi em…

Tối 16.4.2020 nữ sĩ Hoàng Hương Trang lặng lẽ ra đi ở Long Xuyên. PND gọi cho tôi. Hai đứa bàn tới bàn lui định rủ vài anh chị em chí cốt thuê riêng một xe xuống với chị. Mới hôm trước cách ly, tôi vừa nhận tin nhắn của chị hẹn sẽ photo một số tác phẩm tặng tôi và tôi đã cảm ơn hẹn… xuống Long Xuyên nhận. Làm sao đi bây giờ. Các hãng xe đã tạm ngưng hoạt động. Tang ma cưới hỏi cũng chỉ trong phạm vi gia đình. Tôi báo cho anh NPY. Và ở nhà. Viết lời tiếc thương dưới bài khóc chị của anh. Thì ra, ngoài cái chết, Coronavirus Vũ Hán còn cô lập cả mọi yêu thương. Chưa đủ duyên để có một cuộc chị chị em em trên đất Long Xuyên nên 2018 đến thăm nhà cụ Nguyễn Hiến Lê mà tôi không biết để tìm thăm. Giờ thì đã muộn màng. Yên nghỉ nhé, chị Hoàng Hương Trang tài sắc bản lĩnh một thời của văn chương miền Nam…

2020 cũng là năm chứng kiến Sao Trên Rừng Nguyễn Đức Sơn vụt tắt. 11.6.2020. Đồi thông Phương Bối đã thôi in dấu chân đi về. Chỉ còn Chút lời mênh mông từ tạ cùng Thơ và Đá con gái Phương Bối vừa gửi tặng còn thơm mùi giấy mới… Ôi, sao quá nhiều lời tiên tri:

Mai sau này chỗ tôi nằm
Sao rơi lạnh lẽo âm thầm biển ru

(Nửa đêm thức dậy hỏi con, Nguyễn Đức Sơn)

Cúi hôn trời đất đậm đà
Cha tan theo bóng trăng tà vạn niên

(Mai kia, Nguyễn Đức Sơn)

Anh Sơn ơi, giờ thì anh đã theo bóng trăng tà ngàn năm, hoà thành lời ru vĩnh hằng của biển… Bây giờ, và chắc chẳng bao giờ con người có thể hiểu hết về cát bụi, mai sau…

Nhưng bất ngờ hơn nữa là chuyến đi thanh thản nhẹ nhàng đến không tin nổi của anh Mang Viên Long. Sáng 22.7.2020, anh còn Good morning mọi người và mời trà cafe buổi sáng như thường lệ… trên FB. Một niềm vui nho nhỏ của anh và bạn hữu, trong đó có tôi. Trưa anh còn post bài. Đầu giờ chiều, anh đi. Cả lời hứa anh sẽ chụp hình mới với em để thay mấy tấm hình lần về Quy Nhơn 2016, thỉnh thoảng anh lại up lên, chưa kịp, chưa kịp…

Vô thường nghiệt ngã làm sao, anh Mang Viên Long!

Bây giờ, muốn làm gì cho ai, cho mình, muốn thăm ai… Đừng chần chừ…

Ban Mai ơi, lần này trở lại Quy Nhơn, làm sao tìm lại nụ cười hiền hoà tâm Phật của anh…

2. Thế gian chết hết chỉ còn đêm…

Thế gian chết hết chỉ còn đêm
Và một mình ta với cây đàn
Rượu lẫn sương trào lăn chiếu đá
Trăng mờ nghiêng ngả phía đầu non

(Đêm Cam Ly ôm đàn uống rượu một mình, Nguyễn Dương Quang)

Tôi đã nhớ mãi câu thơ hào sảng nghệ sĩ cô đơn vô cùng của anh Nguyễn Dương Quang ngay khi anh gửi tặng tập thơ này lần đầu gặp ở toà soạn Quán Văn ngày anh đến sửa bản in cho Tự tình cùng sương khói. Vâng. Thế gian chết hết…

Ám ảnh cô đơn còn bàng bạc khắp các dòng thơ của anh dù bề ngoài bao giờ anh cũng vui vẻ, ân cần, phóng khoáng, nhiều bạn bè văn chương, chiến hữu…

Thơ Nguyễn Dương Quang dày đặc đêm đen cả trước 75 lẫn sau này. Thơ anh là cả nỗi cô đơn có thể đúc thành khối, thành tảng, thành đêm, thành sương, thành rượu, thành hoa, và cả nàng trăng cũng được anh vời xuống bầu bạn sẻ chia:

> *Nàng trăng đẹp quá lại gần đây*
> *Đất bỏ trời buông nhé! Đêm nay*
> *Thế gian biết có còn ai thức?*
> *Hồn ta sâu vắng quá trăng ơi.*

(Đêm ôm đàn uống rượu một mình, NDQ)

Đáp lại nỗi khát khao bằng hữu của anh, Quán Văn đã hẹn và đã có chuyến gặp gỡ giao lưu ở khách sạn Bông hồng 2. Đã có một chuyên đề Dran miền sương khói và tác giả Nguyễn Dương Quang ở Sài Gòn, ở Dran. Đã kịp hát những khúc hát của người con Dran về miền đất "thiêng" của anh, của Trịnh Công Sơn, của Đinh Cường… và nghe nữ sĩ Kiều Minh Mạnh, Hồ Mỹ Hạnh nói về Dran, về anh… ngay trên nắng sương của mảnh đất chôn nhau cắt rốn thấm đẫm ân tình. Mới đó… Tôi cũng đã hẹn và đã có một đêm nghe anh ôm đàn hát những khúc tình ca đau đáu: Ngộ nhận (phổ thơ Nguyễn Bắc Sơn), Khúc rong ca của kẻ lãng du (thơ Nguyễn Dương Quang), Chiều tháng ba (Thơ HKO)… nhưng không phải đêm Cam Ly mà đêm Phan Rí Cửa. Lần đó, anh đón tôi ở ga Sông Mao. Cái sân ga nhỏ bé một thời đã đi vào văn chương qua câu thơ ngang tàng của Nguyễn Bắc Sơn: "Mai ta đụng trận ta còn sống. Về ghé Sông Mao phá phách chơi…". Những kỷ niệm một thời ngang dọc cũng được cái tên Sông Mao nhắc nhớ suốt đường về Phan Rí Cửa. Nhưng tôi nhớ nhất chuyện anh cùng đồng đội uống rượu say khướt, lái xe Jeep nghiêng hẳn 1 bên để… chạy trên đường rầy xe lửa ở chính ga Sông Mao này… Chuyện đánh nhau như cơm bữa với sĩ quan cố vấn Hoa Kỳ. Chuyện anh quen cô gái Chợ Lầu xinh đẹp đảm đang - chị Nguyễn Dương Quang bây giờ. Và chuyện trại cải tạo cũng chính là cơ quan hành chính ngày trước…, cũng như quãng đời lầm lụi ngày sau…

Vậy đó, mới đó, còn nguyên đó… có ai ngờ sau chuyến ra mắt ở Dran, anh chị em QV du xuân 22 tết mới về lại SG, tết nhứt bận bịu, tiếp đến cơn đại dịch Coronavirus Vũ Hán khiến tôi bặt tin anh. Bất ngờ, anh SB và KC cho hay anh đang nằm bệnh viện vì viêm đường hô hấp. Rồi anh được chuyển xuống bệnh viện lao Phạm Ngọc Thạch. Có lẽ từ tháng 3. Không, tháng 4. Cách ly đang giai đoạn 2 nghiêm ngặt. Anh em hay tin chỉ còn biết hỏi nhau qua fb. Tôi hỏi thăm, ML băn khoăn: Không thăm được đâu chị ơi, anh Quang nằm phòng chăm sóc đặc biệt không có ai ngoài 01 người trong gia đình được vào nuôi. Thêm nữa là dịch Covid-19, bệnh viện lao… không cho ai vô thăm đâu…

Và, ai cũng bàng hoàng, chiều 29.4.2020. Tin dữ. Anh đang trên đường trở về Dalat… Chuyến đi cuối cùng trong đời… Chị Thái Hồng đang ở Oregon, Hoa Kỳ đã đóng cửa tất cả các chuyến bay quốc tế. 23.3.2020 Hàng không quốc gia Việt Nam cũng bay chuyến quốc ngoại cuối. Không có chuyến bay về Việt Nam. Trời. Làm sao chị chịu nổi…

Một mình cả lúc đến, lúc đi.

Tôi đã từng đọc và chú ý hình thức một bài thơ rất ngắn của anh Nguyễn Dương Quang mà thi tứ lẫn lời thoáng đọc làm tôi liên tưởng bài Alone của Edgar Poe, mà chưa bao giờ thấm thía như bây giờ. Phải chăng thơ vận vào đời người thơ để anh ra đi giữa mùa đại dịch. Vỏn vẹn chỉ có 6 dòng, mà ba dòng cuối là tiếng lòng thê thiết…

Người thơ, như đã từ vạn cổ
Làm kẻ mộng du, bạn với nỗi buồn
Em ạ! Có một loài hoa rất đẹp
Là Cô Đơn...
Cô Đơn...
Cô Đơn...

(Một loài hoa, Nguyễn Dương Quang)

Nỗi Cô Đơn. Loài hoa rất đẹp của anh. Cái "biển cô đơn bao la kinh khiếp" (Biển trong ký ức kẻ du cư) của anh, giờ đây đã trọn vẹn cùng anh đến tận nấm mồ.

Ôi những ngày tháng tư. Chưa bao giờ tôi áy náy tự buồn trách mình nhiều như vậy. Sao tôi không cương quyết đến bệnh viện một lần thăm anh, dù chỉ để đứng ngoài nhìn anh vật vã giữa dây nhợ, ống thở, bình oxy các kiểu… Coronavirus là cái gì mà có thể khiến người ta mất mọi liên lạc thân sơ như thế? Cuối cùng cũng là cái chết thôi mà. Nhưng vấn đề không dừng lại ở cái chết của một con người. Con người đang mất dần nhau.

Thế gian chết hết. Chỉ còn đêm…

Anh đã trở về chốn cũ. Đã gặp Má, gặp Ba, gặp Nội. Vâng. Thôi thì thôi nhé, có ngần ấy thôi. Dù sao anh cũng đã sống đẹp với mình, với người, với anh em bầu bạn. Hào sảng ung dung tự tại góc trời một kiếp lãng du.

Tôi đang hát theo anh. Khúc rong ca của kẻ lãng du. Cái clip hát hò đêm Phan Rí Cửa chập choạng ánh trăng còn đây…

Có những lúc ta say như ngọn gió chiều
Lướt thướt trên sông hát cùng đám lau
(...)
Có những lúc ta ngồi như đá
Chờ con sóng ấm đôi bờ vai
Bờ cát trắng chân còng mệt mỏi
Còn lang thang suốt đêm trần ai…

3. Sẽ là gì trong một kiếp xa xôi…

- Dịch thì dịch. Không chết dịch thì cũng chết kiểu này kiểu khác. Ai mà không sống để chết! Lo làm gì em ơi!

- Nhưng chết phi lý, chết tình cờ, chết như rơm, như rạ… Chết mà không có một người thân bên cạnh… Lạnh lẽo bơ vơ…

- Trời, bà này… Chết rồi còn biết gì nữa mà đòi người thân với chẳng người thân… Chết là chết thôi. Mọi nghi thức chẳng qua cho vui lòng người sống chớ bà nằm đó hay nằm đâu cũng có ý nghĩa gì nữa đâu? Thời buổi này, công nghệ hiện đại, thiêu nháy mắt là xong! Không rình rang phiền toái ai. Trần truồng đến. Trần truồng mà đi thôi…

- …

- Đơn giản thôi. Nghĩ làm gì cho nhức cái đầu. Anh với em, đứa nào chết trước thì đứa còn lại lo. Vậy thôi.

- Vậy ba muốn sau này sẽ rải tro ở đâu? Về Quế Sơn sông Thu Bồn của ba? Hay về Vĩnh Thuận có sông nước mặn Cái Lớn Cái Bé gì đó một thời của ba mẹ? Tý chen vào.

- Không. Đem rải ở sông Hằng đi…

- Thôi. Sông Hằng ở tận Ấn Độ. Xứ đó người ta nói tiếng Phạn tiếng Hindi gì gì đó tới 22 ngôn ngữ chính thức làm sao em với anh hiểu các thần linh ma quỷ ấy nói tiếng gì… Mình bơ vơ bị ức hiếp rồi làm sao?

- Thôi vậy… đem bón cây… vú sữa cho Ken và con cháu nó sau này có trái ăn…

- Dạ. Ông ngoại ơi. Phải trồng cây ở nơi nắng vừa phải, đừng nắng quá. Con sẽ tưới nước cho cây ông ngoại bà ngoại không bao giờ héo, không bao giờ chết…

Không ai dạy, tự nhiên Ken thủ thỉ trong lòng ông…

Tôi chợt nghe cay cay sống mũi…

Tình cờ, nghe kể câu chuyện thầy cô cãi tới cãi lui cái vụ ngớ ngẩn này, cô học trò cũ cười ngất: "Cô đừng lo. Em sẽ đưa cô đi rải ở biển trên du thuyền King Yatch. Em sẽ cắm đầy du thuyền toàn hoa hồng trắng… Cô thích hoa hồng mà… Cô chịu hôn?"

- Được. Cứ vậy đi. Giao cho em.

Nói xong tự thấy mình phi lý. Ừ. Ổng nói đúng. Chết rồi làm sao mình biết ai đưa ai đón. Ai khóc ai thương ai cười ai trách. Làm sao biết hoa hồng hay hoa giấy tiền vàng bạc… Cái nào cũng như nhau. Sự thật là tôi đã không còn tôi. Vậy sao tôi cứ phải lăn tăn câu nệ…

Ôi, cái tôi bé nhỏ tội nghiệp của tôi ơi. Sẽ là gì trong một kiếp xa xôi? Không là gì. Không là gì hết.

Không còn gì. Không còn gì hết. Cát bụi. Cát bụi mệt nhoài…

Một kiếp vô thường sao đủ rộng
Mà hồng trải trọn một đam mê

(Tô Thùy Yên)

Đêm đó tự nhiên tôi không ngủ được. Trằn trọc. Chập chờn. Trống rỗng…

Gần sáng, trong tiếng sấm động rền vọng từ xa, tiếng mưa hối hả rớt trên mái hiên gần, thật gần. Tôi mơ thấy mình mặc bộ áo dài lụa trắng, đầu cài hoa trắng, mang đôi hài trắng…, và lướt đi trên sóng biển trắng xoá chập chùng…

Tôi đang tìm tôi. Gọi mãi. Gọi mãi. Nhưng không gặp. Không có tôi. Chỉ có sóng tung toé vào tóc, vào mặt, vào áo, mà không ướt…

Không có con tàu đầy hoa hồng trắng nào cả.

Không có tôi.

Chỉ có mưa. Nơi này. Nơi xa. Ầm ì cơn bão rớt...

Nghe mưa nơi này lại nhớ mưa xa…

Cái nơi xa ngái ba ngàn thế giới mông mênh, trăm năm, triệu năm rồi con người vẫn chưa bao giờ tìm ra lời đáp câu chuyện tử sinh

Tôi vẫn tìm tôi

mộng mị

hoá thân…

Sài Gòn, lang thang những trang viết rời.

Hoàng Kim Oanh

ELENA PUCILLO và TRƯƠNG VĂN DÂN

Milando - Ý Đại Lợi

CUỘC CHẠY ĐUA VỚI THỜI GIAN

Elena Pucillo - Bản dịch: Trương Văn Dân

Điều duy nhất mà tôi có thể nghĩ là mình đang ở trong một tình huống rất vô lý. Mới đầu là cảm giác tuyệt vọng, nhưng càng về sau thì cảm giác ấy đã biến thành sự cam chịu và bất lực. Đã nhiều giờ tôi ngồi ngắm hai chiếc va-li đã được chuẩn bị sẵn sàng, vì cho đến phút chót tôi đã cố thu xếp mọi việc để có thể khởi hành,

Đây không phải là lần đầu tiên có những sự việc chia cách chúng tôi, và bằng cách này hay cách khác chúng tôi đều tìm được cách giải quyết. Nhưng lần này thì giống như cuộc chiến chống lại cối xay gió, chống lại một cái gì không có hình thù cố định.

Không có gì rõ ràng về con Coronavirus đang gây ra rất nhiều vấn đề: Nó hét lên cho chúng ta biết rằng con người chỉ là những vi sinh vật trong thế giới và hiện có một cái gì đó mạnh hơn, đang quyết liệt phản công.

Một con virus bé tí nhưng đang chế ngự nỗi sợ của chúng ta. Nó làm ta kinh hoảng. Nó hạn chế tự do và sự đi lại của chúng ta. Nó làm chúng ta bị xa lánh. Nó bắt chúng ta tự nhốt mình trong nhà, tự cô lập giữa bốn bức tường, ngao ngán nhìn qua màn hình một nhóm người đang điên cuồng vơ vét thức ăn trong siêu thị như thể đang chuẩn bị cho ngày tận thế!

Chỉ cần khởi hành vài giờ trước là tất cả mọi việc sẽ như bình thường. Thế nhưng nỗi sợ lây nhiễm, những tin tức và lời lẽ đe dọa càng lúc càng tăng, lặp đi lặp lại nhiều lần, đã làm tình hình thêm căng thẳng, gần như đến giới hạn của thực tế. Thế là trong cái năm mới mà ai cũng tưởng là sẽ có nhiều mục tiêu cho an lành và phát triển bỗng được lịch sử nhắc đến như một năm của bệnh dịch thời hiện đại, và trong một mức độ nào đó còn lươn lẹo hơn trong quá khứ, không thể nhìn thấy, không thể kiểm soát, mang lại nhiều hệ quả thảm khốc trong quan hệ giữa người, trên niềm hy vọng về một cuộc sống bình thường.

Và tất cả những điều này tôi đã tiếp tục nghe trong từng ngày, về những cuộc phỏng vấn, nhận định của các giáo sư về bệnh truyền nhiễm và các nhà kinh tế. Nhưng dường như những diễn ngôn của họ chỉ làm cho mọi người càng thêm hoảng loạn và lo âu. Khi giới truyền thông nhận ra mình đã gây ra sự sợ hãi cho dân chúng thì mới bắt đầu hạ giọng.

Thế là chính quyền mới tìm mọi cách, qua báo chí và nhất là trên ti-vi giải thích hiện trạng với mức độ vừa phải để trấn an mọi người. Nhưng cũng giống như người ta đóng cửa chuồng khi tất cả đàn bò đã thoát ra ngoài. Dân chúng hoảng loạn và kinh hoảng nên ai nấy đều chạy nhanh đến siêu thị và nhà thuốc tây để vơ vét thức ăn, đồ hộp, nước uống hay thuốc men. Ai cũng bảo nhau là cần phải mang khẩu trang nhưng không ai tìm thấy hay mua được. Ở trung tâm thành phố Milano, trước những cửa tiệm thời trang cao cấp vào mùa này luôn có nhiều người đến từ mọi nơi trên thế giới sắp hàng dài chờ mua hàng giảm giá giờ chỉ còn là kỷ niệm. Tất cả những viện bảo tàng, trung tâm văn hóa, quán cà phê, nhà thờ, các tượng đài hay di tích tuyệt đẹp của các thành phố Ý.. đều phải đóng cửa để tránh lây nhiễm. Ở những quảng trường tại Venezia, một thời đông nghịt du khách, nhan nhản những chiếc mặt nạ hay trang phục độc đáo trong mùa lễ hóa trang "Carnevale" giờ vắng như sa mạc, hàng quán đều đóng cửa mà không biết bao giờ mới được mở lại.

Sự sợ hãi làm thay đổi thói quen, hạn chế những cuộc gặp và người quen không còn ôm để chào nhau nữa. Mọi người tìm sự an ủi qua những liên kết trên internet và web-cam, dù biết đó chỉ là ảnh ảo.

Trong cái không khí bất an này các tin tức bi quan liên tục được chuyển tải. Tất cả tin xấu được biến thành những con số: số người bị lây nhiễm, số người bệnh, số người chết… sau đó là tên các nước bị nhiễm và lệnh cấm bay của các hãng hàng không.

Một tuần lễ trước người Ý lo sợ bị lây nhiễm từ phương Đông thế nhưng chỉ vài hôm sau là tình hình đã đảo ngược: phương Tây đã trở thành ổ dịch. Và nước nào bị lây nhiễm thì bỗng trở thành một nước bị cáo buộc, như thể đó chính là kẻ phạm tội!

Dưới góc nhìn vô lý đó nên bây giờ chúng tôi bị phân biệt, bị xa lánh, bị chế giễu hay bị cầm tù trong một đất nước đang run rẩy. Thế giới như bỏ mặc chúng tôi trong hoảng loạn. Một cô bạn ấm ức gọi tôi qua điện thoại: "Khi tất cả trôi qua chúng mình cần phải nhớ những ngày đau thương này, về sự ngông cuồng của những kẻ vui đùa vô ý thức (1) và không tôn trọng bất kỳ ai. Hãy nhớ tất cả những điều này, chờ đến khi nào họ gặp phải cảnh ngộ tương tự, sợ hãi kinh hoảng trước cái chết cận kề, đến và gõ cửa nhà ta để kêu cứu!”. Tôi thì không bao giờ mong sự bất hạnh đến cho ai, nhưng vẫn thấy lòng mình cay đắng!

Tôi chăm chăm nhìn vào chiếc va-li mà không dám mở ra, trong đó có nhiều quà tặng cho bạn bè và người thân, cảm giác như thể mình là kẻ phạm tội, bị khước từ và bị cô lập, rồi buồn bã nghĩ là nếu chẳng có gì xảy ra thì giờ này tôi đã ở một nơi khác của địa cầu để tiếp tục cuộc sống với chồng mình và bên cạnh những người bạn thân yêu.

Giữa thành phố Sài Gòn xa xôi nhưng thân thiện đó, tôi như được ngụp lặn giữa vòng tay yêu thương của mọi người chứ không hề bị phân biệt, vì các bạn tôi ai nấy đều yêu văn học và đều có những ước mơ đơn giản về một đời sống bình thường.

Thật buồn vì những nỗ lực khó nhọc mà tôi đã làm đều như vô ích!

Tôi vẫn không có thể khởi hành dù đã làm mọi thứ, kể cả đổi ngày để về trước 10 ngày theo dự tính, đã chiến đấu không mệt mỏi chống lại những chiếc cối xay gió, to lớn và ma mị hơn những cái mà Don Chischiotte đã gặp trước đây, nhằm chống lại những quyết định liên quan đến nhiều nước trên thế giới.

Trong đời tôi đã từng xảy ra nhiều lần phải chiến đấu để có thể được sống bên cạnh chồng nên sớm hay muộn gì chúng tôi cũng sẽ vượt qua được hoàn cảnh khó khăn này. Chắc chắn chúng tôi sẽ làm được vì sẽ không ai có thể tước mất ước muốn và niềm vui của tôi để được sống bên cạnh người đàn ông duy nhất của đời mình và được sum họp với những người bạn thân yêu ở bên kia trái đất, và chắc chắn là giờ này họ cũng đang đợi tôi về Việt Nam với nhiều tình thương cùng với một vòng tay ôm mạnh.

Rồi phút giây tuyệt vọng này cũng sẽ trôi qua, tôi quyết định mở va-li, nhưng chỉ mở một phần, bởi ngay khi vừa có thể, tôi sẽ lấy chuyến bay đầu tiên hay chờ chồng tôi trở về, vì có một điều duy nhất mà tôi không bao giờ đánh mất, đó là niềm hy vọng rằng tương lai sẽ tốt đẹp hơn.

Milano, 01/03/2020
Elena Pucillo

(1) Cô bạn muốn nhắc về chuyện đài truyền hình Canal+ của Pháp làm một video Pizza Corona để chế giễu nước Ý, gây nên một làn sóng phẫn nộ. Sau đài này phải công khai xin lỗi và gỡ bỏ video. Hơn một tuần lễ sau thì nước Pháp cũng điêu đứng vì dịch bệnh! (Chú thích của người dịch)

VŨ TRỌNG QUANG

Sài Gòn - Việt Nam

CHÙM THƠ MÙA DỊCH

BÙN / BUỒN ƠI! CHÀO MI

Chào Sài Gòn chào Hà Nội
chào quê hương quê
chào Mạc Tư Khoa chào Hoa Thịnh Đốn
chào Liên Hiệp Quốc
chào nơi tràn bờ nước mắt chúng sanh nhiều hơn
                                        đại dương
cả những thứ không chào
Chào diễn viên đeo mặt nạ khóc sau bức màn nhung
nhắc tuồng cho kép độc múa may ngoài sân khấu
cơn động kinh thế giới
Chào tiếng kêu khán giả xếp hàng chờ vé
mua máu ứa từ túi tiền lồng ngực
từ dòng tiền dòng chảy thuế…má
Chúng tôi chào chúng tôi
lẽ nào vòm họng cam chịu
lẽ nào nuốt uất nghẹn vào trong

Chào địa cầu màu xanh khánh kiệt
tảng băng tan đã trôi đang trôi
cuồng nước dữ dội tràn mặt đất
ầm ào biển cả buồn ơi dậy sóng
Em tả tơi đứng trên đồi cao
buổi chiều mặt trời xuống dốc
nước dâng tới chân… trời
Chào có không trời kêu ai nấy dạ
ngoái lại Dạ Trạch đầm Chử Đồng Tử Tiên Dung che chắn
vọng dạ cổ hoài lang tiếng đàn nức nở
Chào hết thảy
chào rồng lửa mất khả năng khạc lửa
chào nước lọc ừng ực trong cổ họng
chào xà phòng tận cùng kẽ tay
Chào ban mai ngôi trường ngái ngủ thức dậy
hài nhi khát sữa.

HY VỌNG

(Con người có thể bị hủy diệt
nhưng không thể bị khuất phục. Hemingway)

Nhìn vào lịch sử trảm yêu Quang Toản
ứa rỉ tận thời gian
vận tốc đông máu dần dần khô
Thế kỷ ngược chiều ánh sáng gặp nàng Mona Lisa
chắn che cười mỉm bí hiểm thì hiện tại
bên ngoài bức tranh một nụ cười bằng mười thang thuốc bổ
Cơn thổ huyết tràn bờ
máu đào chúng sinh hết tị hiềm ao nước lã
trong nước trong tiên tri siêu vi thời vô hại
Diều giấy cắt từ báo mang theo chữ gió vun vút
bảy sắc cầu vòng ươn ướt hớn hở
bay mãi trên đường bay trẻ thơ
trường học gõ trống ê a đôi chân nhỏ
Chuyển dịch sống chậm
vội vàng nhịp điệu thế gian
cách milimet đến ngày dễ thở
đồ thị xuống tới zero
Cuộc sống vẫn tiếp tục câu thơ hoài trùng lắp
trùng lắp cần thiết như ước mơ
trùng lắp cần thiết giành giựt từng giây phút oxy
thở cùng hơi thở
Qua hôm qua nhìn hôm nay hướng hôm sau
chào buổi sáng trưa nhiệt độ chiều dịu êm
ngày mới nhú đóa hoa vạn thọ.

HÈ MUỘN

Ánh sáng đồng dạng tia chớp khác vụt hiện
tàu băng xuyên hầm lưu giữ mùi lưu huỳnh
thấy không xanh thời gian tay vẫy
thấy không đường ray run bần bật
thấy không đôi mắt rắn độc phóng vào bụi sả
thấy không đôi mắt ươn ướt đợi ở sân ga
trên khuôn mặt thế gian
thoảng khuôn mặt hồng trần
chim bay hoài không mỏi
nào năm ngón buông tay che chắn
linh hồn tiếng chuông âm vang phước
có thể sự tiêu diệt nhưng không khuất phục
khiếp sợ đồng lõa tuyệt vọng
hoa bất tử phục sinh từ tro tàn hỏa ngục
hoa hồng đen tuyền bày ra đỏ rực
hoa không tên gọi được tên hoa
mây trong trên trời xuyên thấu
diều hâu sà xuống khó tìm thấy tử thi
gió thổi cánh đồng rộ mạ non
nỗi buồn này chữa lành nỗi buồn khác

bóng ma biến mất
bóng ma chỉ sản sinh cái bóng
trị số nhiệt độ mùa vui phận người
nóng bỏng & may mắn
biến Dịch: BIẾN
nam sinh trong sân ném máy bay giấy ước mơ
nữ sinh bên dòng thả thuyền giấy ước mơ
người phóng trần xuống sóng biển vờn ước mơ
trong thế giới phẳng người người tuyệt vọng
                                   tương cận chờ mong
ước mơ & mơ ước
hè muộn.

THU CA

Chỗ ngồi hồi hộp trên đường bay của thu
"phi trường mây trôi ngàn cây số
áo em phần phật tiếng gió hú
mắt em lấm tấm một chút mưa" (*)
Nhìn xuống con nai vàng ngơ ngác- thật rồi
nỗi buồn đạp trên lá biếc
tay che khuôn mặt sầu thu
một chút nhỏ nhoi bất trắc
"Mùa thu tàn nhẫn từ đôi mắt" (**)
đôi mắt mọc ra dấu hỏi
vàng kia tìm đâu rừng kia
xác xơ ửng diệp lục
Thân mộc lười biếng trổ lá
nắng mang sáng xuyên tiết kiệm
ánh ngày chuyển Dịch tới
"thu ơi đánh thức hồn ma dậy" (**)

Dế hoài tuổi cỏ
gáy rối rít lạc tìm ban mai
mùi hoàng hôn ẩn hiện
vàng rơi lộng lẫy úa tàn
Con nai vàng ngơ ngác - thật rồi
ngơ ngác vàng phai hẹp hòi đến vậy
ngơ ngác đạp chân lên đồi trọc Sơn Thần
bên dưới kia nước Thủy Quái thường niên dâng hiểm
Hát "Nhặt chiếc lá vàng"- thôi đi
giá trị gì "làm bằng chứng"- thôi đi
dịu dàng "yêu em" – thôi đi
vị đắng lời mật ngọt mê hoặc- thôi đi
"Thu đi cho lá vàng bay" (***)
lá rơi đám cưới không về
pháo bong bóng nổ như chết
tạm dừng thôi lứa đôi sẽ qua mùa dịch
Ớt xanh tỏa vị thanh tân băng qua hạ cháy
không chờ nổi hỏn đỏ hỗn hào
em mãi ngóng đằm thắm
thu có đâu viển vông.

Vũ Trọng Quang

(*) Thơ Vũ Trọng Quang
(**) Thơ Đinh Hùng
(***) Nhạc Đoàn Chuẩn-Từ Linh

BI THẢM – LẠC QUAN

Tàn độc nhiễm độc thế gian
kền kền no nê thừa mứa bay đi
tăng thân nhiệt toàn cầu
thơ bị nhốt trong chỗ của hắn
thậm chí trong xó bếp dưới gầm giường
không xách động thậm xưng tai ương
không một nửa sự thật
tuần lễ bánh mì Sài Gòn đều đặn nóng hổi
cộng hưởng tam giác con bò cười nơi cửa miệng
vẫn sống vẫn ăn vẫn thở
không khí tình hình xuống buồn phiền hai lá phổi
chỉ một lá gan gan lì gan dạ
bất an nuôi dưỡng bình an
thầm lặng những người áo trắng hy sinh
tuyệt vọng nhìn vợ con qua cửa kính
lớn hơn nhiều những lời nói
điệu buồn câu kinh niềm vui câu kệ
tiếng đàn guitar cửa sổ cô lập vang tới vực
tiếng chuông cầu hồn giảm khuất tiếng chuông cầu hôn
hiển hiện
tiếng khóc hài nhi trong lòng mẹ hân hoan
cô gái chải tóc làm đẹp trước gương vỡ
sẽ ổn thôi
thơ liều mạng lãng mạn quay về
thơ bị nhốt vươn vai đứng dậy đối diện
nghe rõ côn trùng
không gậm nhấm sấm Trạng
lời nguyền mười phần còn lại xa lắc đâu phải tiên tri
cuộc sống vẫn tiếp tục.

Vũ Trọng Quang

DEVASTATING – OPTIMISM

The evil poisoning the world
Blatant engorgement and excess escaping
The entire world in heat rising
Poetry is trapped in his stead
Thrown in some corner of the house
Without a confession impotent
Not even half of the truth
Banh mi Sài Gòn week after week hot and fresh
Wedges of The Laughing Cow resonating
Still living eating breathing
The sad air settling in our lungs
Two ears but stubborn as a mule
Insecurity harbouring security
Quietly the people in white sacrifice
Desperately watching their wives and children through
                                              a pane of glass
Screaming louder than words
Prayers in sorrowful tones in verses of joy
Guitars strumming from windows of isolation echoing
                                           to the pit (of despair)
Bells ringing evocation obscuring bells of marriage
An infant cry for joy in its mother's womb
A young woman brushing her hair in front of a broken mirror
All shall be fine
Risky lovey-dovey poetry returning
The poetry trapped now standing tall defiant
An entomologist
Not mere nibbles of Thunder
The ten parts left of a curse is far from prophetic
Life goes on
Remember "the charm" of martial law in a verse
"Tad sad is the small market at curfew
The door half ajar very wary of me, you"

Nguyễn Thị Phương Trâm (dịch)

PHẠM THỊ QUÝ
Sài Gòn - Việt Nam

LỤC BÁT RỜI

1.
lắng nghe sóng vỗ trùng khơi
lắng nghe tiếng gió bồi hồi nửa đêm
lắng nghe lá rụng bên thềm
lắng nghe hơi thở dịu êm đất trời
an nhiên tự tại ta ngồi
lắng nghe cuộc sống sinh sôi, vô thường.

2.
dường như có một mùi hương
dường như có một con đường phía xa
dường như ta vẫn là ta
ngồi yên mới biết đâu là chân như.

3.
người đi về cõi vô biên
vẫn còn giữ chút tình riêng với đời
chẳng còn ngày tháng rong chơi
chẳng còn phiêu lãng giữa đời mộng mê
thênh thang một cõi đi về.

4.

dẫu rằng có thể lãng quên
tiếng chân ai bước qua thềm lá xưa
lặng nhìn cành lá đong đưa
dường như ngọn gió mới vừa lướt qua.

5.

vòng quanh cũng một kiếp người
khi tu oa khóc, lúc cười buông tay
hết đêm rồi lại đến ngày
tan niềm vui lại nắm tay nỗi buồn
ta loay hoay giữa cõi trần
quanh đi quẩn lại một vòng hư vô
cuộc đời cát bụi phù du
mở hai con mắt vẫn mù mù xa
hốt nhiên ta bỗng nhận ra
vườn xanh hoa nở quanh ta chim về.

6.

đêm đen có một vầng trăng
cây khô đã có đôi lần trổ hoa
ta ngồi nhìn lại bóng ta
ta là bóng, bóng là ta hữu hình.

7.

Yên nghe sóng biển rì rào
Gió hiu hiu thổi lao xao nắng chiều
Hàng cây đổ bóng liêu xiêu
Lá run rẩy múa trong chiều hư không.

MẶT NẠ

chỉ có những đôi mắt nhìn nhau
không ai biết phía sau khẩu trang
là nụ cười
hay là cái nhếch môi chua xót
tất cả đều mang mặt nạ
cái mặt nạ vô hồn
nhưng che được những tia dịch bệnh
tôi không thích những người giả dối
mang mặt nạ da người
che giấu những dã tâm
nhưng bây giờ
những mặt nạ khẩu trang
giúp chúng ta an toàn
dù chẳng biết phía sau
là nụ cười hay sắp khóc
phải chấp nhận sự bình an
cho chính mình và cho kẻ khác
bằng chiếc mặt nạ khẩu trang
Mùa dịch
qua đại dịch này chúng ta sẽ yêu thương nhiều hơn
vẫn nhận ra nhau dù khẩu trang che kín mặt
bạn bè gặp nhau dẫu không ôm chầm lấy nhau
hay nồng nàn đưa tay bắt
cứ phải cách xa nhau hai mét
cho nhau sự an toàn
trong đại dịch này
đâu cũng là nguồn lây lan
đâu cũng khiến chúng ta phải ngại ngần
không còn sự tự tin
dù mọi vật vẫn vốn dĩ bình thường

trời vẫn trong
và đất vẫn sinh sôi bao cây cỏ
lá vẫn đong đưa, rì rào ngọn gió
mặt biển vẫn biếc xanh
qua đại dịch này ta chợt nhận ra
thời gian vô cùng quý giá
ta soi lại bóng mình
nhìn sâu vào bản ngã
ta là ai
và sống thế nào
qua đại dịch này
ta biết thương nhau
chia sẻ cho người khó khăn
giúp đỡ cho người vất vả
và biết ngồi yên
khi sức khoẻ quý hơn vàng
ta kính trọng người
lao vào dịch lo toan
cứu chữa người thoát khỏi cơn bạo bệnh
chăm sóc trấn an cho người không may mắn
hạnh phúc nở trên môi khi người thoát hiểm nguy
Chúng ta cầu mong cho dịch bệnh qua đi
Chúng ta cúi đầu tiễn đưa người đã khuất
Nỗi đau rồi cũng nguôi ngoai
chỉ mong bình an cho toàn trái đất
Tất cả con người thôi bệnh tật đau thương.

LẠY

Tôi lạy trời lạy đất
Cho mưa lũ mau tan
Tôi lạy thánh lạy thần
Cho dân tôi thoát nạn

Tôi lạy rừng lạy núi
Đừng nổi trận lôi đình
Xin hãy cứ tươi xanh
Đừng long trời lở đất

Tôi lạy sông lạy biển
Đừng cuồn cuộn dâng trào
Đừng gây nỗi thương đau
Đừng cuốn trôi mọi thứ

Xin sông đừng hung dữ
Xin biển hãy hiền hoà
Xin trời đất bao la
Hãy dừng cơn thịnh nộ

Tôi chắp tay quỳ lạy
Van vái khắp bốn phương
Hãy rũ lòng yêu thương
Cứu bao người hoạn nạn

Tôi cầu xin tám hướng
Xin hãy bớt thương đau
Cho người mãi yêu nhau
Sống an vui hạnh phúc.

Phạm Thị Quý

NGUYỄN QUYẾT THẮNG

Hoorn - Hòa Lan

HÃY ĐẾN VỚI CHÚNG TÔI

Nguyễn Quyết Thắng

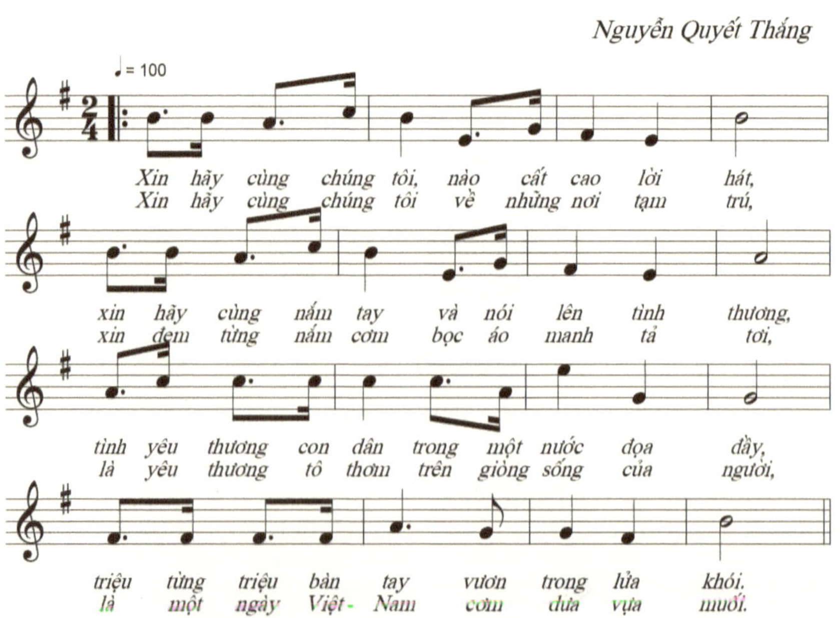

Xin hãy cùng chúng tôi nhìn núi sông rực sáng,
Xin hãy cùng chúng tôi về xóm xa đào giếng,

xin hãy cùng đứng lên về phố tan chợ hoang
xin hãy cầy đất khô và tưới lên mạ non,

dựng tương lai em thơ cho mạch sống tràn đầy,
Lợp phên thưa che mưa, sân trường tiếng học trò,

dựng lại nhà Việt - Nam quê hương rạng ngời.
nhà từng nhà Việt - Nam vang lên câu cười.

Từng nguy khốn từng đói lòng, tuy người Việt
Kể con cháu, nghe những lời, đau buồn mà người

đang đau xót xa, người dân tôi vẫn hào hùng, người
dân đã gánh mang, ngày sông Gianh chia lòng người, cuồng

dân tôi vẫn quật cường, rồi sẽ thấy đẹp hơn.
lưu đi qua ruộng vườn, Ôi ! đau xót Việt - Nam.

Việt - Nam hỡi, một giống nòi, đã từng đổ bao xương
Cùng đi tới trong gió cuồng đất dìu rủ nhau đi

máu tươi, vì quê hương giống Lạc - Hồng, giờ
nối quê xa cùng đi gieo rắc tình người, cùng

anh em hãy ngồi gần, Ta sẽ thấy Việt - Nam.
đi xua tan buồn phiền. Xin hãy đến cùng tôi.

TƯỞNG CHỈ MƯA THÔI

thơ : Nguyễn Minh Nữu
nhạc Nguyễn Quyết Thắng

ánh trăng treo bồi hồi Mới đầu tưởng chỉ quen

thôi Ai ngờ nghiệp chướng kéo đời trăm năm

Chẳng ai biết được ai lầm Nhưng trăn trở

cả hai năm không yên Nhớ thì nhớ suốt ngày

đêm Càng thương tưởng lại càng thêm ngậm ngùi

Mới đầu tưởng chỉ vui thôi Ai ngờ buồn

đến rã rời thịt da Cám ơn kẻ bỏ đi

xa Cho ta biết vị muối pha trong lòng Ở

đây thừa cái lạnh lùng Thế mà nhớ kẻ nghìn trùng lại

thương Thương sao cho được mà thương.

NGUYỄN THÀNH

Sài Gòn - Việt Nam

NGÀY MAI

(Thơ mùa Covid)

Đêm lặng lẽ trời hoang
Chân chập chững bạt ngàn
Tim buồn nghe đất thở
Muối mặn cánh đồng khan

Đàn trẻ thơ ngơ ngác
Nuốt ngược tiếng nấc dài
Nhân tai thêm dịch hạn
Cơ cầu trắng bàn tay

Ngày mai trời mù mịt
Loanh quanh mọi góc nhà
Bộn bề trong trăn trở
Ngậm ngùi nắng phương xa...

LỜI NGUYỀN PHỤC SINH

Mẹ nằm dưới đáy huyệt sâu
Nhọc nhằn giấc điệp trở sầu ngàn thu
Tim khô nhuốm máu lệ mù
Nghe giang sơn khóc giặc thù nhiễu nhương

Biển Đông dậy sóng đoạn trường
Ngoài khơi mất đảo trùng dương mịt mờ
Đàn con vọng tộc giả ngơ
Loanh quanh bịt mắt bàn thờ tổ tiên

Giặc tràn lên cả đất liền
Cờ vây được thế hậu tiền hãm cung
Đồng bằng cho đến núi rừng
Cong oằn chữ S dân rùng mình lo

Quan tham từ nhỏ tới to
Sân sau lợi ích lò mò đi đêm
Ăn nhồi vụng trộm hóa hèn
Đô tiền khóa mõm biến đen thành vàng

Miền Trung lâm cảnh trái ngang
Ngập bờ cá chết tan hoang ngư trường
Đớn đau đến tận cùng đường
Còn đâu phép nước kỷ cương làm đầu

Mẹ nằm dưới đáy huyệt sâu
Nghe sơn hà gọi hồn châu cửu tuyền
Sử xưa dậy sấm khải huyền
Đánh Đông, dẹp Bắc lời nguyền phục sinh...

TẢN MẠN NĂM 2020

Hơn 60 năm hiện hữu trên cõi trần này, trải qua những thăng trầm có lúc xuống tận cùng đáy xã hội, có lúc cũng đạt được những thành quả nhất định. Khó khăn cách mấy tôi cũng vượt qua được, nhưng có hai lần biến cố làm tôi hoang mang và sợ nhất...

Biến cố Mậu Thân 1968, mới 10 tuổi tôi đâu biết mùi chiến tranh là gì. Đêm giao thừa lẫn trong tiếng pháo giòn giã khắp xóm, tôi cảm nhận được mặt đất như rung lên xen lẫn những tiếng nổ lớn khác thường vọng từ xa. Quá nửa đêm, tiếng nổ vẫn chưa dứt, nhìn lên bầu trời phía phi trường Tân Sơn Nhất thấy đạn lửa bắn lên bầu trời vạch ra đường vành cung. Mọi năm thì mấy ông lính VNCH ở các tiền đồn quanh thành phố cũng bắn đạn lửa lên trời mừng xuân thay pháo, chỉ vài loạt rồi thôi. Năm nay khác, cả bầu trời rực đỏ, xen lẫn trong những lằn đạn tôi thấy ánh đèn chớp chớp của những chiếc máy bay và những tiếng nổ lớn liên tục rung chuyển mặt đất tới sáng vẫn chưa dứt. Nghe bố tôi nói máy bay ném bom, có chiến tranh rồi. Bố tôi bảo tôi vô nhà, không giục tôi ngủ như mọi lần mà lấy mấy cái chăn trải rộng xuống đất, rồi chất quần áo của cả gia đình vào xong buộc chặt bốn góc, một cái chăn khác gói những vật dụng, giấy tờ quan trọng... Bố tôi chỉ nói gọn "Chuẩn bị chạy loạn", tự nhiên một nỗi sợ kinh hoàng chẳng rõ hình thù xâm chiếm cái đầu non nớt của tôi, khiến tôi lạnh toát, bần thần hết người dù trời đang nóng và lưng tôi ướt đẫm mồ hôi....

...

Hơn 50 năm sau, nỗi hoang mang sợ hãi ấy một lần nữa trở lại...

Cũng là lúc đất nước đang chuẩn bị đón xuân Canh Tý 2020. Những ngày đầu tháng 1/2020 người ta chỉ biết được các thông tin mập mờ từ các trang báo online về dịch "Viêm phổi cấp" chưa rõ nguyên nhân tại thành phố Vũ Hán, tỉnh Hồ Bắc. Nhưng trên các trang thông tin ngoài luồng đã rộ lên những tin về một căn bệnh lạ, diễn biến nhanh trên diện rộng, có nguy cơ tử vong cao... mà các quan chức thành phố Vũ Hán đang bưng bít giấu nhẹm. Trước tình hình đó, Bộ Y Tế Việt Nam theo dõi sát sao và chuẩn bị tinh thần vào cuộc.

Gần cuối tháng 1/2020 thì tin tức rõ ràng cụ thể, Bộ Y tế Trung Quốc đã công khai một loại virus chủng mới chưa từng biết, có nguồn gốc lây lan từ động vật qua người, rồi từ người qua người, là nguyên nhân gây ra bệnh "Viêm phổi cấp", tử vong nhanh, tình hình lúc này đã vượt tầm kiểm soát, thế giới bắt đầu quan tâm, virus chủng mới đã có cái tên Coronavirus, thế giới thì gọi CoronaWuhan, riêng ông Trump tổng thống Hoa Kỳ gọi là Viruschina, giờ là Covid-19. Việt Nam sát bên Trung Quốc, người Trung Quốc làm ăn, du lịch bên Việt Nam rất đông... nỗi lo lắng bao trùm lên con dân Việt, sự sợ hãi tràn ngập trên các trang mạng xã hội, chính phủ VN vào cuộc với các biện pháp quyết liệt cùng với lệnh giãn cách xã hội...

Xuân chẳng còn mang ý nghĩa...

Các vấn đề xã hội, tác hại, hậu quả... ảnh hưởng đời sống người dân nghèo dần hiện rõ, không có việc làm, đói kém. Gần một nửa doanh nghiệp vừa và nhỏ phá sản, giải thể... mọi sự chuyển biến quá nhanh ngoài dự tính.

Tôi lại nghĩ đến hai chữ "Vô thường" và ý nghĩa của "sinh, trụ, dị, diệt", thấy mạng sống của con người mong manh quá. Chết là hết, sống thì bơi trong "bể khổ trầm luân" đủ thứ tai họa.

Xưa đi học, thầy cô giảng bài về nạn nhân mãn, con người sinh sôi ngày càng đông, rồi sẽ hết đất, hết thức ăn... nên có người sinh ra thì có người chết đi, nhưng vẫn chưa cân bằng, chỉ có thiên tai, dịch bệnh và chiến tranh lấy đi mạng sống con người nhanh nhất, nhưng tàn nhẫn quá, đau khổ quá.

Trong năm 2020, chúng ta chứng kiến nhiều sự ra đi của các cây cổ thụ và các cây viết quen thuộc trong làng văn học, nghệ thuật như nhà văn Hồ Trường An, nhà văn Nguyễn Thị Vinh, nhà thơ Du Tử Lê, nhà văn Duy Thanh, danh ca Thái Thanh, nhà thơ Chân Phương, nhà thơ Nguyễn Dương Quang, nhà văn Túy Hồng, nhà văn Mang Viên Long, nhà văn Huỳnh Phan Anh... Nhìn sự ra đi trong sự ngậm ngùi, thương tiếc và bất lực khi không thực hiện được nghĩa cử cuối cùng thắp nén nhang tiễn biệt... vì Covid-19.

Dịch bệnh vẫn chưa dứt, phó thủ tướng Vũ Đức Đam cảnh báo đợt dịch bệnh bùng phát trở lại vào đầu năm 2021 theo nhận định của WHO tổ chức Y tế Thế giới, tâm trạng mọi người vẫn ngổn ngang đủ thứ. Việt Nam còn nhiều khổ nạn, miền Trung hứng chịu đợt bão lũ dồn dập, liên tục, gánh chịu hậu quả nặng nề chưa từng thấy, người chết, nhà cửa tan nát, mùa màng mất sạch... thiệt hại không thể thống kê chỉ biết nước mắt hòa trong mưa gió và đối đầu...

Sài Gòn của tôi ơi, thương lắm những tấm lòng "Lá lành đùm lá rách" và trân trọng lắm những trái tim "Lá rách đùm lá rách hơn". Tôi đã khóc, khóc thật sự trước cảnh anh xe ôm nhường ổ bánh mì cho cụ già neo đơn, trước những món quà bên đường với tấm bảng "Nếu bạn cần hãy lấy một phần; nếu bạn đã ổn, xin nhường lại cho người khác", trước những cây ATM gạo và bất ngờ với dòng gạo chảy mãi không hết. Giờ đến những người đang lao vào tâm bão miền Trung để đem lại niềm tin sưởi ấm lòng những nạn nhân thiên tai, bất chấp nguy hiểm tính mạng, bất chấp những lời vô cảm của những kẻ không còn lương tri... và rồi cả nước cùng chung tay nghĩa cử khiến phần nào dịu đi mọi nỗi lo ray rứt...

...

Tình yêu không có khoảng cách dù cách trở vạn dặm, châu Âu và Mỹ đang bị ảnh hưởng nặng nề mọi mặt do Covid-19, nhưng các anh chị văn nghệ ở hải ngoại vẫn thường gọi điện hỏi thăm và động viên để cùng nhau vượt qua giai đoạn này. Thương anh Trương Văn Dân lắm, từ nước Ý xa xôi anh đã gọi video hỏi thăm và để tôi nhìn thấy nụ cười vượt thời gian của anh làm ấm lòng. Anh nói nhớ các bạn Quán Văn, nhớ các bạn văn chương thân quen và mong mỏi ngày về hội tụ... Tôi nhớ cái ngày anh chuẩn bị về Ý, về bên chị Elena Pucillo. Buổi sáng cafe ở xóm "Tắt đèn" Ngô Tất Tố tạm chia tay anh, ngày mai mới bay mà thấy anh có vẻ nhấp nhổm đầy tâm trạng dù anh luôn nở nụ cười vui vẻ hiền từ. Chị Elena Pucillo ơi! Chị thật hạnh phúc vì có anh. Chúc anh chị luôn vui khỏe, bình an...

Sài Gòn nơi hội tụ anh em văn nghệ khá đông, trong mùa dịch thỉnh thoảng lại hú nhau vài ba người tụ tập cà phê tán gẫu, điểm tin thời sự... cho đỡ nhớ với khuôn mặt kín mít trong cái khẩu trang như trốn nợ. Lệnh giãn cách xã hội khiến các sinh hoạt văn nghệ phải tạm ngưng làm mọi người thèm những buổi gặp nhau tay bắt mặt mừng như người thân lâu ngày chưa gặp, đơn giản vậy thôi nhưng ngập tràn tình yêu thương...

...

Ngày mai, rồi mọi chuyện sẽ qua, nhưng một ký ức thương đau sẽ theo ta đến hết đời. Trong mỗi khoảnh khắc tôi cảm thấy quí và trân trọng hơn những tình cảm chung quanh mình khi nhìn thấy rõ rệt sự vô thường trong tâm thức, cuộc sống chẳng có ý nghĩa gì khi không có tình yêu.

Nguyễn Thành
Sài Gòn, 21/10/2020

LÃM THÚY

Maryland - Hoa Kỳ

MỘT NGÀY HỒN NHIÊN

Xế chiều có bữa cơm chung
Bên nhau, ngồi dưới bóng rừng cây cao
Gió chiều dịu mát, lao xao
Mỏng manh sợi khói, ngạt ngào hương bay

Xuôi thuyền neo dưới bóng cây
Nghe hồn mát rượi cũng đầy bóng râm
Rong rêu dưới đáy hồ trầm
Nhẹ tay khỏa nước, hồi tâm máu về

Xa đời, lánh cõi nhiêu khê
Bỏ nhân gian với thị phi, buộc ràng
Bên nhau, ngày cũng dịu dàng
Nắng bâng khuâng nhạt, hồ mang mang chiều...

Đôi chuồn chuồn nhỏ còn yêu
Bay qua, để lại ít nhiều hổ ngươi
Hồn nhiên người cất tiếng cười
Giấu ta má đỏ, tưởng lời trêu nhau

Khi về, chợt đổ mưa mau
Chậm chi chẳng khỏi nỗi sầu chia xa
Chậm chi ngày cũng chiều tà
Chậm chi, mưa cũng tạnh. Và phân ly

Cây cà rem ngọt cách chi
Như hai đứa trẻ, vừa đi vừa cười
Chia nhau một chút ngọt bùi
Mà như chia cả một trời hồn nhiên!

Mưa chiều hạt nhỏ, rơi nghiêng
Ngập ngừng, đứng lại ngoài hiên, ngập ngừng...
Trời mưa ướt nhánh hoa rừng,
Ướt môi, ướt tóc, xin đừng ướt mi!

Cây cà rem ngọt cách chi
Để người nuối tiếc mà đi không đành
Mưa chiều ướt áo ai xanh
Đội mưa, gửi lại khoé nhìn tươi vui

Rạng ngời một nét môi cười
Bỏ sau lưng cả khoảng đời trầm luân
Khi về mưa vẫn lâm râm
Giá mưa nặng hạt, người thăm ngại về!

Đi rồi, chiều chợt lê thê
Mưa không ướt áo mà nghe lạnh đầy
Thương mà không thể cầm tay
Theo nhau, chẳng thể theo hoài. Thì thôi!

TRONG MÙA ĐẠI DỊCH

Chưa có bao giờ kinh khiếp vậy
Đời sống con người như rạ rơm
Nhiễm bệnh, cách ly rồi mãi mãi
Ra đi không kẻ tiễn linh hồn!

Kia: những người già trong cô quạnh
Cháu con hờ hững chẳng vào thăm
Cơn dịch thổi qua và quét sạch
Họ đi lặng lẽ, rất âm thầm ...

Và những anh hùng trên tuyến đầu
Sinh nghề tử nghiệp biết làm sao
Đã chọn con đường chông gai đó
Đem thân vào lửa, hẳn thương đau!

Mỗi ngày cái chết đem lên sóng
Gieo nỗi kinh hoàng khắp Á, Âu
Người người hốt hoảng và tuyệt vọng
Mai rồi nhân loại biết về đâu?

Tử khí bao trùm khắp đó đây
Người hết tình người, sợ nhiễm lây
Đời sống bỗng nhiên mà lạnh lẽo
Hết còn thân ái, hết mê say

Lớp lớp người đi rồi không về
Kiếp người như lá, rụng lê thê
Thế giới nghe chừng như tận tuyệt
Bao trùm tang tóc cả sơn khê

Vũ Hán thiên thu nỗi oán hờn
Ai người gieo rắc nỗi đau thương?
Cầu xin nhân loại qua mùa dịch
Lời nguyện cầu vọng khắp muôn phương!

MỘT NĂM TỒI TỆ

Chưa có bao giờ thế giới lại tồi tệ như thế này. Tai ương nối tiếp tai ương, mọi thứ gần như dẫn đến tận thế. Dịch bệnh tràn ngập khắp nơi. Rồi thiên tai bão lụt, bạo loạn, ngày nào cũng nghe những tin dữ.

Nói đến mùa dịch thì trước nhất phải nói đến ông chồng "Mắc dịch" của tôi cái đã. Ông xuất thân từ trường Võ bị Quốc gia Việt Nam, một người lính hiện dịch nghĩa là chọn binh nghiệp làm sự sống (và cũng là sự chết). Là một loại lính tình nguyện sẽ ở trong quân đội đến già (nếu có thể sống đến già!). Ông ra trường vào năm 1971, lúc chiến trường sôi động, ông chọn đơn vị đầu tiên ở Sư đoàn Một bộ binh và gánh nguyên "MÙA HÈ ĐỎ LỬA" của năm 1972. Là lính tác chiến, vào sinh ra tử mà ông không hề có một vết đạn trong mình. Cho tới ngày 26 tháng 3 năm 1975, bị bắt tại cửa biển Thuận An Huế và đi tù "Cải tạo" 10 năm. Trong thời gian tù tội, đói khát triền miên, lao động trong điều kiện khắc nghiệt của thiên nhiên và con người, bao nhiêu lần vượt qua những tai nạn như lợp mái nhà bị té từ trên cao xuống, hay đốn những cây cổ thụ trong rừng bị cây ngã suýt đè chết, hoặc là bị phạt giam trong container nhiều ngày tháng trong cái nóng kinh hoàng của xứ Huế, v.v... Ông đã vượt qua hết và trở về nhà vào mùa xuân năm 1985 với một thân xác tàn tạ nhưng nguyên vẹn.

Rồi sang định cư ở Hoa Kỳ theo diện HO, ông miệt mài cật lực làm việc để có được mái nhà cho vợ con cư ngụ. Đi làm hai job, mỗi đêm ngủ vài tiếng đồng hồ suốt mười mấy năm ròng rã, tiết kiệm tới mức không dám gửi xe ở Parking mà phải đậu ở xa rồi đạp xe đạp đến chỗ làm, đều đặn như thế ngay cả những mùa tuyết giá. Có lần bị một người Mễ lái xe không cẩn thận đụng phải, văng xuống đường, tưởng bị cán chết rồi, vẫn ngồi dậy an toàn. Bao nhiêu gian khổ ông đều vượt qua được hết và vẫn tiếp tục đi làm dù đã bảy mươi lăm tuổi, cho đến khi mùa dịch bắt đầu, Hotel đóng cửa phải ở nhà hằng tháng trời. Chính trong giai đoạn nhàn cư này mà ông ngã bệnh, bị tai biến mạch máu não. Thân thể phục hồi nhưng đầu óc thì mơ hồ nhớ quên. Khi ông muốn ăn lưỡi heo khìa mà không biết diễn tả như thế nào, cuối cùng chỉ vào miệng vợ và vui mừng khi vợ hỏi: "Phải lưỡi heo không?". Khi món ăn được hoàn thành ngon lành, ông nhìn chảo lưỡi heo khìa hớn hở nói rằng: "Tấm thảm này ăn 2 - 3 ngày không hết!". Khi cần bàn chải đánh răng mới, ông không biết diễn tả thế nào cho vợ hiểu (có lẽ vì vợ chậm hiểu). Ông đành dẫn xuống phòng tắm riêng chỉ vào cái bàn chải cho chắc ăn. Khi vợ tặng cho đến 3 cái bàn chải mới, ông tán thán: "ĐM, có cái móp sàn mà nói cũng không ra!"

Chở ông đi chợ nhưng không dám cho vào chợ vì sợ ông không cẩn thận rồi lây lan nguy hiểm, bắt ông ngồi chờ trên xe. Khi gặp nhau ông bảo: "chợ này toàn là Mỹ trắng không hạ!" Ngó lên thì thấy đen thui hết cả! Hóa ra có một trung khu thần kinh nào đó trong đầu ông bị xáo trộn, nên ông toàn nói ngược: Đen nói trắng, ra nói vào, thừa nói thiếu, gọi tay bằng chân, gọi ông bằng bà, gọi vợ bằng chồng, bằng con, gọi con bằng vợ, v.v...

Đó là nói trong gia đình, còn ngoài xã hội thì biết bao nhiêu tai ương đã xảy ra.

Đầu tiên khi cơn đại dịch bộc phát từ Vũ Hán - Trung Quốc, thú thật là mình rất thờ ơ thậm chí còn có chút tàn nhẫn. Khi nghĩ rằng họ ác nên bị trời phạt. Đến khi nhìn những video người ta quay cảnh xác người không kịp thiêu, tiếng kêu khóc thảm thiết hoặc những nhà nhiễm bệnh bị niêm kín thì lòng nhân đạo được khơi dậy, mình mới nghĩ ra chính quyền tàn ác chứ người dân vô tội sao lại gánh những hậu quả thảm thương như vậy?

Từ đó lòng trắc ẩn được khơi dậy, Lãm Thúy biết thương xót, biết đớn đau cho thân phận những con người vướng vào dịch bệnh. Cô đơn trong những ngày tháng chữa trị, không ai thăm viếng rồi qua đời trong âm thầm lặng lẽ không kẻ tiễn đưa, không ai có thể bày tỏ lòng thương tiếc!

Không thể tiếp tục sống đó cũng là một bất hạnh của đời người mà chết trong mùa dịch, chết lẻ loi hiu quạnh như thế thì còn gì bi thảm hơn!

Từng ngày rồi từng tháng, Lãm Thúy trải lòng mình ra, đau đớn cho từng niềm tử biệt, dõi theo sự hoành hành của cơn đại dịch: Có khi vừa đau thương vừa ngưỡng mộ khi nhìn hình ảnh những người Ý đứng ngoài ban công nhà hát cười, chào hỏi nhau mà cố giấu những nghẹn ngào, những lo âu, sợ hãi, những hoang mang tuyệt vọng,...

Thương xót cho người bao nhiêu thì cũng lo sợ cho mình bấy nhiêu. Lo cho những người thân yêu bên này rồi bên kia đất nước. Tâm trạng bấn loạn, ám ảnh bởi sự lây nhiễm, bởi cái chết từ đó gây ra những điều kỳ quặc, những sự thận trọng quá mức: Lấy thư, lấy báo không dám đọc liền mà phải bỏ vô máy sấy, sấy cho chết mấy con virus bạo tàn. Đi chợ thì vừa mang bao tay, vừa mang khẩu trang vừa lau chùi sạch sẽ những nơi người ta có thể vịn vào xe đẩy. Về nhà thì tắm gội, giặt giũ quần áo một cách cẩn thận. Điên đầu trong nỗi sợ hãi, căng thẳng, hồi hộp,... Đến nỗi bỏ sở không dám đi làm, cam chịu ở nhà ngay cả không lương,...

Cơn dịch thay đổi hoàn toàn cuộc sống của con người trên cả thế giới. Người ta không còn sự thân thiện, không dám bày tỏ những yêu thương trìu mến bằng cử chỉ nữa, người ta dần xa lánh nhau. Không còn những họp mặt thân tình, không còn những bữa ăn đầm ấm, không còn những vòng ôm yêu thương.

Những đứa con, những đứa cháu không dám về thăm cha mẹ ông bà vì sợ lây nhiễm cho người lớn tuổi. Con cái mua thức ăn bỏ ngoài cửa, gọi cha mẹ ra lấy chứ không dám trao tay, những đứa cháu nhớ ông bà chỉ đứng từ xa gửi những cái hôn gió, gửi những vòng tay, không ai đến gần ai, thật bi đát!

Có một lần người ta đưa lên một đoạn phim người bác sĩ đã nhiễm bệnh về nhìn vợ con lần cuối chỉ đứng ngoài cổng. Những đứa trẻ chạy ra mừng cha nhưng ông vội đưa tay ngăn cản, rồi nghẹn ngào nhìn vợ con, nói lời giã biệt. Lặng lẽ dời chân! Không biết có dòng lệ nào rơi theo những bước chân ấy nhưng chắc chắn có dòng lệ từ trái tim đa cảm này đã trào ra khoé mắt.

Có những gia đình ông bà, cha mẹ đều chết trong mùa dịch chỉ một thành viên còn lại lẻ loi, có những gia đình nhiễm bệnh rồi chết hết không cần ai khóc tiễn ai!

Rồi dần dần nỗi sợ hãi giảm đi, vì sự sống người ta cũng phải lao vào công việc và trong số đó có Lãm Thúy. Chấp nhận sống chung với lũ, thôi không theo dõi những con số tử vong nữa, thôi không thương vay khóc mướn nữa nhưng lòng thì chẳng bao giờ thật sự bình yên.

Cái điều đau xót nhất khi sống trên đất nước Hoa Kỳ, là khi mình nhìn thấy vì quyền lợi của đảng phái người ta coi thường sinh mệnh của người dân: Từ việc đem cất giấu những dụng cụ y tế đến việc phê chuẩn những loại thuốc ngừa, những loại thuốc điều trị. Hình như mạng người không đáng kể, người ta bất chấp mọi thủ đoạn miễn sao đạt được những quyền lợi của bản thân hay của đảng mình.

Hậu quả rõ ràng nhất của cơn đại dịch là sự suy thoái kinh tế toàn cầu, đảo lộn cuộc sống con người. Những công ty phồn thịnh ngày nào bỗng dưng rơi xuống tận cùng vực thẳm. Những hãng máy bay, những du thuyền, những công ty du lịch, những hotel lớn, những nhà hàng, những cửa hàng sang trọng gần như phá sản. Những chủ nhân ông hốc hác cố gắng chống đỡ trong tuyệt vọng, mong sao duy trì được những cơ sở làm ăn chờ ngày tươi sáng hơn!

Chưa bao giờ thế giới chìm trong sự tuyệt vọng đến vậy nhưng cũng có những nơi, những công ty phát lên một cách bất ngờ, làm giàu nhanh chóng tăng thu nhập lên hàng mấy chục tỷ.

Kinh qua tất cả những điều đó người ta thấy rõ hơn sự mong manh của kiếp người, sự phù du của cuộc sống và của cải vật chất không trường tồn, chỉ có sự hy sinh, tình yêu thương và lòng nhân đạo là trường tồn mà thôi.

Lãm Thúy

HỒNG THỦY

Maryland - Hoa Kỳ

NHỮNG NGÀY VÀNG

Sáng nào tôi cũng đi bộ một vòng chung quanh những con đường nhỏ đầy cây lá xanh tươi quanh khu nhà tôi ở. Thỉnh thoảng cũng gặp vài người đi bộ ngược chiều. Thoáng thấy họ là tôi vội đi qua phía bên kia đường để tránh khỏi phải đối diện khi lướt qua mặt nhau. Cũng may khu tôi ở toàn những người Mỹ dễ thương, nên khi tình cờ thấy nhau đều giơ tay vẫy tỏ ra thân thiện, chứ không đến nỗi nhầm lẫn tưởng tôi là người Tàu rồi nhẩy long tong xỉa xói "Chinese về nước tụi bay đi!" như vài trường hợp mà tôi nghe nói về phản ứng kỳ thị người Tàu đã xảy ra ở một vài nơi.

Sáng nay trời trong xanh thật cao, gió thổi nhẹ làm những tàn lá rung rinh như chào đón khách bộ hành. Một chút nắng vàng len nhẹ qua khe lá chỉ đủ làm cho cảnh vật tươi sáng hẳn lên, chứ không làm chói mắt những kẻ nhàn du lang thang đây đó. Một chút hương thơm nhẹ nhàng phảng phất đâu đây, gợi nhớ mùi hương hoa ngọc lan của khung trời kỷ niệm ngày xưa… Những cây ngọc lan từ con đường đưa tới phía sau rạp Norodom của những đêm Đại Hội Văn Nghệ học sinh toàn thủ đô Sài Gòn. Những màn văn nghệ, những tiếng vỗ tay, những ánh mắt si mê, những rung động đầu đời… Tất cả hình ảnh gợi nhớ thuở vàng son của thời con gái.

Những cành hoa honeysuckle trắng muốt ngả nghiêng như muốn chắn ngang lối đi đã làm tôi choàng tỉnh trở về với sự thật phũ phàng. Cô nữ sinh của tuổi mộng mơ đã trở thành lão bà của những ngày cuối đời. Bao giờ hương hoa honeysuckle nhẹ nhàng thoảng thoảng mùi ngọc lan cũng làm cho tôi sống lại vài phút giây của thời học sinh xa tắp mù khơi ở quê hương yêu dấu.

Trở về đời sống hiện tại, vài người bạn than thở con virus Corona quái ác đã làm đảo lộn cuộc sống của tất cả mọi người. Buồn chán, tù túng cũng làm nhiều người khổ tâm, khó chịu, chả biết làm gì cho qua ngày đoạn tháng. Nhiều gia đình vợ chồng còn xào xáo vì ở nhà cả ngày, nói chuyện nhiều đâm ra bất đồng ý kiến, cãi cọ nhau. Không được ra ngoài, cuồng căng, bị trầm cảm cũng dễ dàng bẳn gắt lẫn nhau. Riêng với tôi ngoài chuyện lo buồn vì dịch bệnh làm chết nhiều người và thiệt hại đủ mọi phương diện cho quốc gia, tôi không thấy buồn khổ vì sự cách ly mà ngược lại còn thấy thoải mái, có nhiều thì giờ dành cho gia đình, lo cơm nước cho ông xã ngon lành tươm tất hơn. Tôi bày ra làm đủ các thứ bánh mà bình thường ít khi làm như bánh xèo, bánh tôm Cổ Ngư Hà Nội, bánh cuốn … phần vì không có nhiều thì giờ, phần ngại vì mất công quá để ra ngoài ăn cho tiện. Tôi tha hồ dọn dẹp nhà cửa, chăm sóc vườn tược. Dọn cái basement bừa bãi kinh khủng như một kho chứa đồ phế thải.

Có lẽ đây là lần đầu tiên từ ngày lập gia đình cho tới bây giờ, gần 60 năm chung sống, chưa bao giờ vợ chồng tôi được thật sự ở gần nhau suốt ngày, suốt tháng, dành cho nhau tất cả thời giờ như những tháng qua. Suốt ngày bên nhau, không làm cho hai vợ chồng buồn chán mà ngược lại chúng tôi cảm thấy thật may mắn là đã có cơ hội gần nhau trò chuyện, để nhìn thấy nội tâm của nhau rõ ràng hơn. Chúng tôi tâm sự với nhau tất cả mọi vấn đề quá khứ, hiện tại, để chồng tôi giật mình thú nhận: những bận rộn của đời sống hàng ngày suốt bao nhiêu năm qua, đã khiến anh không để ý nhiều đến tâm lý của người vợ trẻ hơn anh, kém anh chín tuổi. Anh cười nói: "Đàn ông đàn bà tâm tính đã khác xa, lại thêm một già một trẻ lại càng khác biệt nhiều hơn nữa. Anh chỉ nghĩ thương yêu vợ con là lo lắng cho gia đình vật chất đầy đủ, đời sống thoải mái, như vậy là chu toàn bổn phận quá rồi. Anh có biết đâu đàn bà là một cuốn sách thật phức tạp, phải chịu khó đọc kỹ từng trang mới hiểu rõ được tất cả những điều tác giả muốn nói". Chồng tôi như một độc giả chỉ đọc kỹ phần mở đầu và chương cuối của cuốn sách. Phần giữa chàng đọc lướt thật nhanh đã vội gật gù tuyên bố hiểu hết đầu đuôi ý tưởng của tác giả rồi và chàng cứ "đường ta, ta cứ đi" một cách ngây thơ vô số tội.

Sau khi "thì thầm tâm sự mí nhau", biết hết ruột gan tim phèo của nhau rồi, cả hai vợ chồng đều vui vẻ đồng ý, cái anh chàng nhạc sĩ họ Trịnh viết được một câu rất đúng: "cuộc đời đó có bao lâu mà hững hờ".

Những ngày cuối đời không nên gọi là tuổi già mà phải gọi là tuổi vàng. Thời gian chung sống bên nhau của hai vợ chồng già rất quý, mỗi ngày qua đi là cuộc đời còn lại như ngắn thêm một chút. Ai biết được cuộc sống chung sẽ chấm dứt ở ngày, tháng, năm nào? Có thể là ngày mai, là tuần tới, tháng tới, thế nên mỗi ngày bên nhau là những giờ phút quý giá vô cùng. Hãy tận hưởng để lúc bất chợt phải chia tay chúng ta sẽ mỉm cười mãn nguyện. Người đi không hối tiếc, người ở lại cũng không phải ngậm ngùi tự than: Nếu biết được ngày chia tay gần như vậy thì mình đã…

Hãy trân trọng những ngày vàng, đừng lãng phí nhé, các bạn thân mến của tôi. Cám ơn những ngày cách ly cho vợ chồng già chúng tôi những giờ phút hạnh phúc bên nhau thật hiếm quý.

Hồng Thủy

DUNG THỊ VÂN

Sài Gòn - Việt Nam

MÙA ĐI

1-
Hạc hoàng đã bỏ mùa đi
Thành sầu một thuở kiêu kỳ còn đâu
Corona khắp địa cầu
Vì virus lạ bỏ nhau bên đường
2
Khẩu trang khắp chốn mười phương
Mùa xuân hoa nở bên nương đâu rồi
Người cách ly – kẻ bồi hồi
Có gì như khóc – như cười người ơi
3-
Mùa xuân hoa cỏ nghẹn lời
Mùa xuân trời đất nói nhời đắng cay
Mùa xuân ơi đường gió bay
Người đi đâu hết bỏ ngày vắng đêm…

ANH CÓ NGHE ĐƯỢC LỜI EM NÓI KHÔNG

Anh có nghe được lời em nói không
Từ khi Vũ Hán dịch lan tràn
Bao nhiêu thân xác khoanh như nhộng
Thơ em đầm lệ ướt vai anh?

Anh có nghe được lời em nói không
Khi ta cách biệt mấy muôn trùng
Virus Corona ngày một nhiễm
Thương anh cô phủ những chiều buông

Anh có nghe được lời em nói không
Người chết không xanh nổi nấm mồ
Quan tài lạnh lẽo không người viếng
Là lòng em lại nhớ thương anh

Anh có nghe được lời em nói không
Nợ tình mình vẫn trả chưa xong
Sẽ không virus nào nhiễm được
Bởi ta chưa vẹn nghĩa vợ chồng

March 15, 2020-14:58

ĐẾN MỘT NGÀY

1.
Đến một ngày
Người chết chẳng ai chôn
Chẳng ai biết
Để khóc gào trong nuối tiếc
2.
Đến một ngày
Người chết chẳng vòng hoa
Không một ai
Có nấm mồ để mà thổn thức
3.
Đến một ngày
Anh chết em không hay
Em chết anh không biết
Chỉ thấy bầu trời rơi nước mắt thay hoa
4.
Đến một ngày
Mọi người ra đi theo nhau
Bên kia thành quách cũ
Bỏ lại cuộc đời chưa kịp ngỏ cùng nhau
5.
Đến một ngày
Đại dịch Virus Corona
Lan tràn ai oán
Khẩu trang bịt mồm trong im lặng vây quanh

6.
Đến một ngày
Tình nhân loại phải yêu nhau
Phải chia cho nhau
- Từng hộp khẩu trang - Từng chai diệt khuẩn
7.
Có bao giờ
Đau đớn thế không anh?
Có bao giờ
Đau đớn thế không em?
8.
Con cúi xin
Trời - Phật - Chúa
Hãy xua tan đi đại dịch
Cho thế giới yên lành cộng ấm no.

Feb 18, 2020-13:53

MÙI KHOANH TỬ

1-
Ai gieo tang tóc trời xám xịt
Ai đốt tình yêu khóc ly tan
Chiều xuân nước mắt đầm cây cỏ
Ta đứng bên này nghe oán than
2-
Người ở bên kia màn ly cách
Họa cảnh giang đầu nơi đất khách
Ngày về bàng bạc nước non khâu
Ngày trở về vạn trở màn thâu
3-
Ta buốt màn đêm thành phố chết
Ai đem đau khổ đến vạn nhà
Trời gieo sương khói mùi khoanh tử
Ta lạnh toàn thân thấu xương da.

Feb 14, 2020-17:07

CÒN CÓ HÔM NAY

Những ngày dịch bệnh hoành hành đã qua tại Việt Nam nhưng không phải là đã hết. Vì các nước vẫn còn bùng phát. Những người bạn và những người anh em của tôi vẫn còn mắc kẹt chưa về nước được. Hoặc muốn về VN chơi nhưng lần lữa mãi vẫn chưa có dịp về.

Chuyện gì cũng vậy mới bắt đầu gần như là "giật gân" chuyện virus Corona hay Covid-19. Tôi theo dõi tin tức hàng ngày, mỗi một giờ trôi qua là tim như lửa đốt. Cho dù đó là dịch bệnh vẫn còn đang xa xôi ghê lắm (cuối tháng 12/2019)... mãi tận trời Vũ Hán - Trung Quốc. Nhưng với tình hình diễn biến càng ngày càng lây nhiễm virus Corona nó đã làm không phải riêng tôi mà hầu như mọi người lúc bấy giờ đều bất an và lo lắng. Tin tức mỗi ngày người chết đã quá nhiều mà khởi đầu là Vũ Hán rồi lan tràn qua tất cả các nước trên thế giới. Cho đến ngày 08 Tết năm 2020 là Việt Nam bắt đầu dịch bệnh và tin tức lan truyền rộng rãi trên cộng đồng mạng học sinh không được đi học từ 08 Tết/2020 và nghỉ suốt từ mùa xuân kéo dài cho tới mùa hạ mới đi học. Rồi lại dây dưa dịch bùng phát lần 2 và kỳ nghỉ của các em học sinh tùy theo tỉnh và địa phương. Chuyện đi học của học sinh cũng lịch sử từ năm 2020 là nghỉ quá nhiều và thậm chí học sinh có nơi học online trên mạng (may mà ở vào thời đại @ mạng internet toàn cầu. Nhưng đối với các em vùng sâu vùng xa thì chắc gì các em đã có máy móc để học...).

Một nỗi buồn thế kỷ của dịch bệnh mà tôi nghĩ chắc từ thuở khai sinh lập địa tới giờ mới có. Bệnh gì mà cứ tiếp xúc là bị lây. Cho nên cái chết của con người vừa đau đớn vừa cô đơn khi không có một người thân chăm sóc. Cha mẹ, vợ chồng, con cái, anh chị em và bạn bè đều lánh xa nhau không dám đến gần vì dịch bệnh. Cái chết không có đám tang, không có hòm để mà chôn, hỏa thiêu tập thể vì người chết quá nhiều mà không đủ người làm những công tác đó cũng như mọi trang bị y tế và đồ thiết yếu cho người dịch bệnh. Có lẽ đây là một nỗi đau chung trên toàn thế giới mà những con người đang trong vùng dịch bệnh phải chấp nhận. Tôi cứ nghĩ đến những cái xác chết cô đơn tức tưởi kia mà lòng đau như cắt mà buồn vô hạn cho dù đó là những người anh em tôi không biết và không quen. Huống chi nghe tin những người thân quen ngã xuống thì lòng mình sẽ đớn đau như thế nào.

Tôi muốn nhắc về những người bạn tôi quen tôi thương còn cách xa tôi cả nửa địa cầu. Người thân tôi muốn về cũng không về được. Người bạn tôi đi qua Mỹ thăm con và mãi cho tới bây giờ là tháng 10/2020 vẫn còn kẹt. May mắn có cặp vợ chồng nhà văn Trương Văn Dân và Elena Pucillo Truong trong những ngày đầu dịch bệnh anh đã vội vã bay sang Ý để kịp thời ở với vợ mãi cho tới ngày hôm nay vẫn chưa về lại Việt Nam (chuyện kể ngày anh đi từ VN qua Ý như một phim truyện hồi hộp của nhóm tạp chí Quán Văn. Cũng như đợt Covid-19 lần 2 (cuối tháng 7/2020) bùng phát tại Đà Nẵng lại cũng liên quan đến một người em bạn trong nhóm chúng tôi mà ngày trở về gia đình cũng như một thước phim ngắn. Mà thước phim này nó đã như in trong nhóm chúng tôi với tất cả tình yêu thương nhau).

Chưa lúc nào lòng người dấy lên tình thương nhân loại rõ rệt bằng lúc này. Lần đầu ở Việt Nam bị nhiễm Virus Corona đọc tin tức tôi thấy ngoài đường đặt những bàn xếp đầy thực phẩm với câu ghi: "Ai cần thì lấy một gói. Còn có rồi thì nhường cho người khác". Đại ý là như thế. Cũng như lúc đầu là một cây ATM gạo và sau đó được nhân rộng thêm nhiều cây ATM gạo khác nữa. Để cho những người khó khăn đến lấy gạo ăn. Ôi đến lúc dịch bệnh xảy ra tôi mới thấy người Việt mình có rất nhiều tấm lòng nhân hậu và bao dung không chỉ ở đất Sài Gòn mà hầu như các tỉnh tôi cũng đều nghe nói đến. Ôi... những ngày đau thương lan tràn dịch bệnh phải cách ly toàn xã hội. Chẳng ai làm ăn buôn bán gì được trong những ngày này. Những hoàn cảnh khó khăn kiếm ăn từng ngày giờ vô cùng vất vả cũng may còn có những tấm lòng nhân hậu giúp đỡ. Chỉ mỗi một câu nói ấy mà tôi đọc không biết bao nhiêu ngày ngóng nghe tin tức. Nhưng cứ mỗi lần nhìn gói quà từ thiện ngoài đường "ai cần thì lấy một gói" là nước mắt tôi chực trào ra. Tôi không có nhiều để làm từ thiện trong những ngày này. Nhưng với cả tấm lòng tôi đã tìm đến vài người bạn có hoàn cảnh khó khăn nhất để sẻ chia cùng bạn tôi. Nên khi nhìn thấy những hình đó lòng tôi ấm áp và rưng rưng khi nghĩ mình cũng đã làm được điều tốt cho bạn của mình.

Lần 2 bùng phát dịch tôi ít quan tâm về tin tức hơn. Tham khảo qua điện thoại cùng bạn bè đa số các bạn chúng tôi cùng có chung một quan điểm như nhau là không còn lo sợ như lần trước. Và nghĩ để mà vui mà không hoảng kinh là "chuyện gì nó tới ắt sẽ tới" như ông bà ta cũng đã có câu "con người có số cả". Điểm qua tình hình dịch bệnh trên toàn thế giới họ nhiễm bệnh chết rất nhiều. Rất nhiều không có nghĩa cứ là vùng dịch là chết hết. Nên chẳng có điều gì lo sợ nữa. Miễn ai cũng phòng lây nhiễm như đeo khẩu trang những nơi công cộng và rửa tay sát khuẩn thế là tốt rồi. Cứ như lời người xưa "Trời kêu ai người nấy dạ". Từ những suy nghĩ đó mà lòng tôi thấy bình an hơn đỡ lo lắng hơn cũng như khâu lo dự trữ thực phẩm vì sợ cách ly toàn xã hội. Viết tới đây tôi mới sực nhớ Sài Gòn những ngày cách ly nó vắng tanh vắng ngắt đến tội nghiệp, có ai dám ra đường (vậy mà có đôi bạn dám xăm mình đeo khẩu trang ra đường Sài Gòn chụp hình quăng lên Facebook). Tôi thấy và không thể nào nghĩ Sài Gòn ban ngày không một ai. Trong khi lỡ có đi chuyến bay nào về khuya hoặc gần sáng thì đường Sài

Gòn vẫn rải rác xe chứ không lặng ngắt như tờ vào những ngày cách ly như thế này. Đến nỗi giờ viết lại tôi vẫn nhớ ngày cách ly toàn xã hội ở Sài Gòn từ 01/4/2020 đến hết ngày 15/4/2020. Một sự trùng hợp ngẫu nhiên là nơi tôi ở cũng bị cách ly tầng ở căn hộ trong hai tuần này vì có người nhiễm Covid-19 đã được đưa đi cách ly. Thấy thương các em bảo vệ trong những ngày này phải canh cầu thang máy 24/24 không cho ai ra vào mặc dù thang máy đã block.

Các nước trên thế giới giờ vẫn chưa lắng dịu chỉ là một ngày một ít dần thôi. Chưa biết bao giờ các nước mới mở hẳn đường bay. Bây giờ ngồi với nhau tôi và các bạn chỉ nghĩ một điều con virus Corona giờ nó sống chung với mình rồi nó như bệnh cảm cúm, đau bụng, nhức đầu… và trời kêu thì dạ chứ chẳng biết sao.

Tôi sợ đeo khẩu trang vô cùng vì mỗi lần đeo khẩu trang tôi thật khó thở và ngộp nhất là mỗi khi phải tiếp xúc tới chỗ bụi bặm và chỉ mong cho xong để tháo bỏ. Giờ thì lúc nào cũng phải đeo khẩu trang. Chưa bao giờ một thế giới sử dụng khẩu trang liên tục và nhiều như đợt dịch bệnh này. (Vậy mà bình thường các y bác sĩ luôn đeo khẩu trang. Nghĩ vậy lòng tôi rưng rưng thương…).

Thế kỷ 21 này tất cả đều thua con virus Corona vô hình này. Nó là một con ma trùng quỷ quái ách hết tất cả các công việc, sinh hoạt công cộng, làm ăn sinh sống của người dân. Những buổi hội họp lễ hội v.v… đều bị hủy bỏ…

Khi viết bài này lòng tôi đã bình an hơn và chỉ có mỗi một điều là tôi vẫn luôn lo lắng cho những người thân thương của tôi cách nửa địa cầu. Tôi mong họ thật bình an và mạnh khoẻ. Tôi hy vọng đất nước tôi cũng như trên toàn thế giới rồi sẽ tan qua dịch bệnh. Mọi người lại đi khắp nơi trên toàn thế giới gặp nhau với khuôn mặt rạng ngời và không còn lo sợ gì nữa về dịch bệnh.

Dung Thị Vân

(Phác thảo PHẠM CAO HOÀNG - Tranh Trương Vũ)

TRƯƠNG VŨ

Maryland – Hoa Kỳ

VẼ CHÂN DUNG MÙA ĐẠI DỊCH

Tôi bắt đầu chuyện vẽ vời từ những phác họa (sketch) chân dung bằng viết chì. Không nhớ từ lúc nào, cũng không nhớ hết thời tuổi nhỏ đã vẽ những ai, nhưng biết là nhiều lắm. Chắc chắn là có những khuôn mặt nhìn trộm trong lớp, những đứa bạn khá thân bắt ngồi làm mẫu trong giờ ra chơi,… Cho đến khi rời quê hương, sự nghiệp hội họa của tôi chỉ có thế, chỉ là những nét bút chì nguệch ngoạc, nhưng hầu hết, chỉ vẽ từ người thật, không từ ảnh chụp. Cái thích vẽ từ người thật đó chắc phải dính líu đến cái mê nắm bắt một sự sống nào trong mỗi con người, dù lúc đó tôi chưa hình dung ra được đó là cái gì. Thời còn ở trung học, khi tỏ ý định theo đuổi con đường nghệ thuật, ba tôi quyết liệt phản đối. Tôi nghe lời ba tôi, bỏ hẳn ý định đó. Tôi tiếp tục học Toán, rồi dạy Toán. Toán học đã giúp tôi tồn tại, trên quê hương hay ngoài quê hương. Nhưng, vẫn mê vẽ.

Ở Mỹ, tuy không còn ý định làm họa sĩ, và tuy có vất vả với công việc, với gia đình, tôi vẫn không bỏ cái ham thích vẽ chân dung. Vẽ một người bạn, một đồng nghiệp, một người thân,... Không được vào trường Mỹ Thuật, tôi lấy rải rác nhiều lớp vẽ ở đại học, ở các workshop, và học từ sách vở,... Đặc biệt, về chân dung, tôi học nhiều từ nhà danh họa Daniel Greene, khi vào một số dịp nghỉ hằng năm tôi theo học các lớp vẽ chân dung của ông ở New York. Từ các lớp học đó, tôi làm quen với pastel và sau cùng là sơn dầu, rồi acrylic. Vẽ nhiều bằng sơn dầu, và ngoài chân dung tôi lần bước sang nhiều lãnh vực khác nhau. Càng đi về cuối đời, hội họa càng trở nên quan trọng trong đời sống cá nhân.

Nói về chuyện vẽ chân dung bạn bè, tôi không quên được một buổi tối, trong một apartment ba phòng ngủ dành cho hơn mười người, ở Lee's Garden, Virginia. Apartment này do anh Đặng Đình Khiết thuê, dùng làm chỗ trú ngụ cho bạn bè đang trong tình trạng tỵ nạn. Hôm đó, khoảng ba giờ sáng, tôi dựng ĐĐK dậy, bắt ngồi cho tôi vẽ chân dung bằng pastel. Gần hai tiếng đồng hồ mới xong. Khó có bạn bè nào chiều cái đam mê của tôi bằng ĐĐK.

Như đã nói ở trên, sau này, tôi vẽ nhiều loại khác nhau, với nhiều đam mê khác nhau, nhưng vẽ chân dung theo truyền thần luôn đem lại cho tôi một niềm vui khó tả và một vật lộn nhọc nhằn cũng rất khó tả. Một sự thật ngày càng lộ rõ là tôi không thể thiếu nó. Nó mang đến cho tôi một thách thức đi tìm từ ruột gan của người mẫu một nét đẹp nào, một niềm vui, hay một nỗi khổ để đưa lên nét mặt trong tranh. Khi đi tìm sự sống thật sự của mỗi con người đang ngồi trước mặt, cố hình dung ra bằng cách nào để vẽ cho được, cho đẹp, tôi tìm thấy cái sống của chính mình. Dĩ nhiên, không phải bức chân dung nào cũng làm tôi hài lòng hay khiến người mẫu thích. Nhưng, nhờ đó, vào giai đoạn cuối đời, tôi thấy đời sống còn có lửa. Nhờ đó, tôi thấy cái năm tháng còn lại không đến nỗi ngắn. Cho đến khi... Cô Vy đến.

Mấy tháng sống cách ly do đại dịch, những thói quen cũ khó giữ. Cũng có vẽ nhưng không nhiều và không thể vẽ truyền thần. Chẳng có ma nào đến ngồi cho mình vẽ. Bà xã không được khỏe nên không chịu ngồi làm mẫu như mười năm trước đây. Nghĩ rằng họa sĩ nào cũng có chân dung tự họa, định làm thử. Nhưng, khi nhìn mình trong gương, thấy nản quá, không sao vẽ được. Quả thật, có xuống tinh thần. Sức khỏe, do đó cũng xuống. Nhưng, không lý chịu thua Cô Vy. Không lý để Cô Vy cắt ngắn số năm tháng cuối cùng của mình.

Vài hôm trước đây, chợt nhớ, nhiều bạn họa sĩ của tôi, Đinh Cường chẳng hạn, đã phác họa rất nhiều chân dung không từ truyền thần. Tôi không có cái khả năng đó của Đinh Cường. Nhưng, tôi cũng nợ một số bạn bè lời hứa vẽ chân dung từ truyền thần theo truyền thống. Phải giữ lời hứa bằng một cách nào đó. Và, hãy thử nghiệm, bắt đầu bằng pastel, với bạn bè tôi đã hứa vẽ, đã có dịp quan sát, đã từ một cách nào đó ghi nét mặt họ vào trong trí nhớ, và có hình chụp của họ. Tôi quyết định phác họa nên những vignette trong điều kiện như vậy. Trong lãnh vực chân dung, bức vignette đẹp vẫn được đánh giá cao như bức tranh hoàn chỉnh theo truyền thống. Hãy thử nghiệm!

"Nạn nhân" đầu tiên của tôi là nhà thơ Phạm Cao Hoàng.

Maryland, 8 August 2020

THẢM KỊCH

Tôi xuất thân từ miền Nam, lớn lên trong chiến tranh. Gần nửa đời sống trên quê hương, trải nghiệm hay chứng kiến bao thảm kịch kinh hoàng của đất nước. Nửa đời còn lại, sống tha hương. Nhìn lại cả khoảng đời dài, bỏ qua bên bao mất mát, bao tàn phá, bao cay đắng từ cuộc chiến cùng cách kết thúc của nó, tôi vẫn thấy mình có nhiều may mắn, như rất nhiều đồng bào khác đang sống ở Mỹ. Một trong những may mắn lớn nhất là đã được hưởng một nền giáo dục có tính khoa học và tính nhân văn cao của miền Nam Việt Nam, và sau đó, ở Mỹ. Rồi, sống và làm việc trong một xã hội nhân bản và đa sắc tộc.

Đối với những di dân Việt Nam phải rời bỏ đất nước mình cho một tương lai bất định, không thể quên những cái may mắn khác cùng với những ân sủng, những thông cảm, những đón nhận hào hiệp mà quê hương mới đã dành cho. Ở Mỹ, bắt đầu với chương trình đón nhận 130 ngàn tỵ nạn (con số này trong thực tế tăng lên khoảng 150 ngàn) theo quyết định của Tổng Thống Gerald Ford vào tháng 4 năm 1975. Sau đó, kể từ đầu năm 1977, khi hàng trăm ngàn thuyền nhân Việt Nam bất kể sống chết rời bỏ quê hương, đương đầu với bao thảm kịch trên Biển Đông, Tổng Thống Jimmy Carter đã ra lệnh cho hải quân Mỹ phải cứu vớt, giúp đỡ họ và đưa đến nơi an toàn. Ông cũng kêu gọi các quốc gia khác tiếp tay đón nhận người tỵ nạn VN, đồng thời quyết định tăng gấp đôi số di dân được nhập cảnh và mở rộng chương trình giúp đỡ người tỵ nạn hội nhập vào xã hội Mỹ. Quan trọng nhất là quyết định phối hợp với Liên Hiệp Quốc và chính phủ Việt Nam thực hiện chương trình Ra Đi Trong Trật Tự ODP (Orderly Departure Program) vào năm 1979, giúp đoàn tụ những gia đình chia cách. Kế tiếp là một nỗ lực phi thường của Thượng Nghị Sĩ John McCain, đưa đến kết quả thành công của chương trình HO (Humanitarian Operation) giúp các cựu sĩ quan và viên chức Việt Nam Cộng Hòa bị tù cải tạo từ ba năm trở lên, và gia đình họ, được rời Việt Nam sang Mỹ.

Từ một xã hội luôn phải xưng tụng lãnh tụ, luôn phải nhứt trí với chính quyền, tôi càng ấn tượng với nếp sống tự do và dân chủ ở Mỹ, dù sống và làm việc trong thời kỳ tổng thống thuộc đảng nào, Cộng Hòa hay Dân Chủ. Chính cái nếp sống đó, cái xã hội đó, cùng với những nền giáo dục đã hấp thụ giúp tôi được sống thực hơn với chính mình. Và, ý thức rõ hơn cái quyền của con người được sống một đời có phẩm cách. Nghĩa là, được sống và hành xử theo lương tri, theo nhân sinh quan của mình và tôn trọng quyền của người khác cũng được sống như vậy. Trong suốt hơn bốn mươi năm, từ ngày đặt chân đến Mỹ, giữa bạn bè, hay cả trong gia đình, vẫn luôn có những tranh biện sôi nổi về những chọn lựa khác nhau. Nhưng, những tranh biện đó thường diễn ra trong không khí lành mạnh, lắng nghe, thuyết phục, tôn trọng sự thật, và tôn trọng sự khác biệt về quan điểm. Những đổ vỡ thật ra cũng có nhưng không nhiều và không trầm trọng. Chính những khác biệt về quan điểm làm nên sức mạnh của xã hội. Trong một xã hội tự do, dân chủ, mọi quan điểm khác biệt, trong bất cứ lãnh vực nào, có thể được chấp nhận hay không, được đánh giá cao hay thấp, nhưng nó không thể tạo nên kẻ thù. Càng không thể tạo nên "kẻ thù của nhân dân" như tôi từng kinh động trong những ngày còn ở lại trên quê hương sau khi chiến tranh chấm dứt.

Dĩ nhiên, xã hội Mỹ không phải lúc nào cũng hoàn toàn lý tưởng như vậy. Cũng có lúc này lúc khác. Nhìn chung, suốt qua bao thập kỷ, nó luôn luôn là một quốc gia đứng hàng đầu về khả năng thu hút tài năng của thế giới. Chính sự thu hút đó làm nước Mỹ càng mạnh hơn, giàu hơn, đẹp hơn, và trở thành siêu cường số một. Tuy nhiên, trong thời gian vài năm gần đây, và đặc biệt khi càng đến cận ngày bầu cử 3 tháng 11 năm 2020, nước Mỹ khác hẳn trước. Cả thế giới nhận thấy điều đó. Tốt hơn hay xấu hơn, tùy cách nhìn, nhưng quả thật, có khác. Khác nhiều. Những đối chọi về chính trị, xã hội, và cả về khoa học đang trở nên trầm trọng một cách đáng báo động. Không thể không nhìn thấy sự chia rẽ sâu sắc ở mức độ có khả năng tạo nên những thù hận rất khó hòa giải. Nỗ lực để hồi phục lại một không khí lành mạnh như đã từng hiện hữu dài lâu ở Mỹ, như đã nhắc đến trên đây, sẽ phải là một nỗ lực phi thường. Cần rất nhiều, rất nhiều thời gian, thông cảm, và kiên nhẫn.

Nhìn vào Cộng Đồng Việt Nam Hải Ngoại (CĐVNHN), tình trạng còn tệ hại hơn. Không giết nhau bằng súng đạn nhưng những chữ nghĩa độc hại, những nhận thức hời hợt về nhân văn hay khoa học, những tấn công không dựa trên sự thật, những tin tức bị cắt xén ráp nối, những hình ảnh được photoshop với ác ý, cùng những biểu lộ không nhằm thuyết phục bằng logic hay thiện ý mà chỉ nhằm thể hiện sự ngạo mạn và xem thường khả năng phán đoán của người khác, khiến cộng đồng như đang lao vào một cuộc nội chiến. Không khác gì cuộc nội chiến trên quê hương hơn 45 năm trước, nhưng trong một phạm vi nhỏ hơn. Ở đây, tôi không nhằm phê phán ai đúng hơn ai sai hơn. Tôi cũng không nhằm đưa ra những phân tích cá nhân về lý do khởi nguồn. Tôi chỉ muốn trình bày cái thấy của mình về những gì đang xảy ra và nhận định về các hậu quả mà tôi cho là vô cùng tai hại cho cộng đồng. Tai hại ở mức độ của một thảm kịch.

Về tình trạng phân hóa của cộng đồng, mỗi người trong chúng ta đều thấy. Nhiều lắm. Ở đây, tôi chỉ muốn nêu ra một dữ kiện điển hình. Nhân đọc bài "BS Fauci khuyên dân Mỹ ẩn mình chống Covid mùa Thu, Đông sắp tới" trên diễn đàn VOA Tiếng Việt ngày 12/09/2020, tôi đọc được những dòng bình luận sau đây của một độc giả về BS Anthony Fauci:

"Lại là thằng chó già chuyên thọc gậy bánh xe. Hơn lúc nào hết người dân Mỹ cần sinh hoạt bình thường để đi làm, đi học, vui chơi giải trí. Cứ nhè lúc tình hình bớt căng thẳng thì thằng chó này lại gây hoang mang. Mả cha nó, từ lúc có dịch bệnh tới nay chỉ thấy nó bàn ra không thôi còn chưa thấy nó đưa ra được một biện pháp cụ thể nào! Nói kiểu nó thì đứa thất học nói cũng được..."

BS Anthony Fauci là chuyên gia hàng đầu của Mỹ và của cả thế giới về bệnh nhiễm trùng. Ông phụ trách Trung Tâm Quốc Gia Chống Bệnh Nhiễm Trùng của Hoa Kỳ từ 1984 đến nay, trải qua sáu đời Tổng Thống. Ông cũng là vị bác sĩ tận tình chữa trị Ebola cho nữ y tá gốc Việt, Nina Pham, vào năm 2014. Ông cũng đã giúp chặn đứng thành công đại dịch Ebola ở Mỹ. Tôi thật sự kinh hoàng khi đọc những dòng chữ trên đây. Trong thời gian chiến tranh Việt Nam tôi thường có cảm giác ghê rợn khi nghe từ đài phát thanh Hà Nội những từ ngữ dành cho những lãnh tụ chính trị của miền Nam, đại khái như, "thằng Diệm", "thằng Thiệu", v.v... Tuy nhiên, tôi chưa bao giờ đọc được những lời lẽ tương tự như những lời lẽ ghi trên dành cho bất cứ một khoa học gia nào bên này hay bên kia chiến tuyến, trên một diễn đàn có tầm cỡ như VOA Tiếng Việt, kể cả trên các báo lá cải.

Nếu theo dõi những bài vở, những lời lẽ công kích nhau trên báo Việt, trên Internet, trên một số đài phát thanh tiếng Việt, trên các mạng xã hội, khó ai không nhận ra những rạn nứt sâu đậm trong cộng đồng Việt Nam ở Mỹ. Kinh hoàng hơn, khi nhìn một số video clip về cảnh chửi bới hung hãn chưa từng thấy khi hai phe vận động bầu cử của người Việt chạm trán nhau. Chia rẽ hay công kích luôn luôn có trong bất cứ cuộc bầu cử nào trong một quốc gia tự do, dân chủ. Tuy nhiên, chưa bao giờ tệ hại như trong cuộc bầu cử này, trong cộng đồng Việt Nam. Ở đây, biểu lộ sự khác biệt không còn là một biểu hiện giá trị của tự do, dân chủ, hay của nhân bản, của lý trí mà rất lắm khi chỉ là biểu hiện của nông cạn, ngạo mạn và hoang tưởng. Nó không làm nên sức mạnh của cộng đồng. Nó tàn phá cộng đồng và tàn phá nhân cách. Nó chia rẽ gia đình, chia rẽ bạn bè, chia cách thế hệ này với thế hệ khác. Nếu cứ tiếp tục, sẽ vô cùng khó để hàn gắn. Nó cần được chấm dứt.

Cách đây vài tuần, tôi đọc được lời nhắn gởi cho một người thân trong gia đình. Đại ý của lời nhắn là nếu bạn bỏ phiếu cho ứng cử viên X và ứng cử viên X đắc cử, bạn sẽ phải ân hận suốt đời. Những lời nhắn với nội dung như thế này, tôi cũng từng được nhận và nghe khá nhiều. Do đó, tôi muốn nhân đây đưa ra một góp ý. Nếu tôi bầu cho một ứng cử viên X nào đó chỉ nên là vì tôi dựa vào sự hiểu biết của tôi về X, và dựa trên quan điểm chính trị, xã hội, văn hóa, v.v... của tôi. Tôi có thể sai, dĩ nhiên. Cũng giống như mỗi người trong chúng ta đều có thể sai, có thể đúng. Ngay cả sự lên tiếng vào ngày 2 tháng 9 năm 2020 của 81 nhà khoa học và trí thức Mỹ đoạt giải Nobel trong đó có đề nghị "những lãnh tụ chính trị nên tôn trọng các giá trị của khoa học khi làm chính sách", cũng có thể sai. Cũng giống như chuyện tạp chí khoa học The Scientific American đã mới đây phá vỡ một truyền thống đã giữ suốt 175 năm để lên tiếng ủng hộ một ứng cử viên nào đó, là một sai lầm. Riêng tôi, nếu sai, tôi có thể buồn, có thể tự điều chỉnh mình để có những quyết định đúng trong tương lai. Nhưng chắc là không có chuyện ân hận suốt đời. Trừ phi, sau đó, tôi nhận ra rằng cái quyết định sai lầm của mình chỉ vì mình đã dựa trên sự thiếu hiểu biết, dựa trên sự tin tưởng mù quáng vào người khác, hay, dựa trên những định kiến, dựa trên những cái không hay vốn tiềm ẩn trong chính con người mình. Dầu sao, trong bất cứ hoàn cảnh nào, điều tốt nhất là không tiếp tục nuôi dưỡng sân hận, cho chính mình hay cho người khác, chỉ vì kết quả không như ý từ một cuộc bầu cử.

Trong cái không khí rất không bình thường của cuộc bầu cử này, cuối cùng rồi tôi phải tự đi tìm cho mình và người thân của mình những cái phao cho những niềm tin tốt đẹp vào tương lai. Tôi nghĩ đến cái cách kết thúc cuộc nội chiến ở Hoa Kỳ cách đây 155 năm. Tôi cũng nghĩ đến một vài cuộc tranh biện chính trị mà tôi đang theo dõi hàng tuần trên truyền hình Mỹ.

Nội chiến Nam Bắc trong thế kỷ 19 dưới thời Tổng Thống Abraham Lincoln là một thảm kịch của nước Mỹ. Tuy nhiên, cách kết thúc của nó, nói đúng ra, cách ứng xử giữa vị chỉ huy phe thắng trận (tướng Ulysses Grant) và vị chỉ huy phe bại trận (tướng Robert Lee) đã giúp nước Mỹ xây dựng lại nhanh chóng từ những chia rẽ, đổ vỡ kinh hoàng trong nội chiến. Thắng hay bại, Grant và Lee có những nhân cách lớn. Nội chiến Việt Nam là một thảm kịch. Bi đát hơn nữa là vì nó không được kết thúc như nội chiến Mỹ. Lãnh tụ chính trị và quân sự của hai phe Việt Nam có thể giỏi hay dở, khôn hay dại nhưng không hề có nhân cách lớn.

Về nội tình nước Mỹ hiện nay và đặc biệt khi theo dõi những tranh luận chính trị giữa hai phe trong cuộc bầu cử, khó ai lạc quan về những gì sẽ đến. Tuy nhiên, vẫn còn nhiều hy vọng. Tôi thường theo dõi cuộc tranh luận trên truyền hình giữa Jennifer Granholm và Scott Jennings. Jennifer Granholm, thuộc đảng Dân Chủ, tốt nghiệp cử nhân ở Berkeley và tốt nghiệp luật ở Harvard, là người đàn bà đầu tiên đắc cử Thống Đốc Michigan (2003-2011). Scott Jennings, thuộc đảng Cộng Hòa, tốt nghiệp cử nhân ở University of Louisville, thường trú Học Viện Chính Trị của Đại học Harvard (2018), Phụ Tá Đặc Biệt (2005-2006) của Tổng Thống George Bush. Trong những tranh luận chính trị, cả hai đều bênh vực quyết liệt các chính sách hay nhân vật chính trị của đảng mình, nhưng luôn giữ một cung cách rất trí thức, rất hòa nhã với nhau. Không thấy họ đem những sự kiện không có thật vào tranh luận. Cũng không thấy họ dùng những phương thức hạ cấp để thủ thắng. Nếu bị thuyết phục, họ mỉm cười, hoặc im lặng, hoặc gật đầu. Tôi tin rằng, nước Mỹ sẽ qua được những vấn nạn của họ nhờ những con người như vậy.

Trở lại chuyện cộng đồng chúng ta, tôi chỉ có một đề nghị:

Hãy đi bầu.
Bầu theo lương tri.
Chấp nhận kết quả bầu cử.
Xem kết quả như cách kết thúc hoàn toàn một cuộc chiến.

Trương Vũ
Maryland, tháng 10 năm 2020

Mục lục

Liên lạc BBT
Nguyễn Minh Nữu - Đoàn Văn Khánh
nuuminhnguyen@gmail.com
doanvankhanh.tho21@gmail.com

Liên lạc Nhà xuất bản
Nhân Ảnh
han.le3359@gmail.com
(408) 722-5626